விக்னேஷ்வரனாகிய நான்

இயக்குநர்: **A.வெங்கடேஷ்**

டிஸ்கவரி புக் பேலஸ்

கே.கே.நகர் மேற்கு, சென்னை - 600 078.
(பாண்டிச்சேரி கெஸ்ட் ஹவுஸ் அருகில்)
Ph: 044-6515 7525 Mobile: +91 87545 07070

விக்னேஸ்வரனாகிய நான் (கட்டுரைகள்)
ஆசிரியர்: இயக்குநர் A.வெங்கடேஷ்©

Vigneswaranaakiya Naan (Essays)
Author: Director A.Venkatesh©

Publisher: Discovery Book Palace
First Edition: June - 2016
Pages: 176 - ISBN: 978-93-84301-85-9
Cover Design: Manikandan
Book Design: R.Prakash

Discovery Book Palace (P) Ltd,
6, Mahaveer Complex, Munusamy Salai,
K.K.Nagar West, Chennai-600 078.
Ph: +91 - 44-6515 7525
Mobile: +91 87545 07070

E-mail: discoverybookpalace@gmail.com,
Website: www.discoverybookpalace.com

Rs. 150

“நேர்மைதான் வெற்றியின் ரகசியமே!”

இயக்குநர் **ஷங்கர்**

வெங்கி... ! வெங்கடேஷை நான் இப்படித்தான் அழைப்பேன். அவரது நட்பு மற்றும் உறவு வட்டாரத்தில் அவரை இப்படி நான் மட்டுமே அழைக்கிறேன் என என்னிடம் வெங்கடேஷ் கூறுவார். எனக்கு நன்றாக நினைவு இருக்கிறது. அப்போது கோடம்பாக்கம் லிபர்டி தியேட்டர் அருகே இருந்த உமா லாட்ஜில் பவித்ரனின் ‘வசந்த காலப் பறவை’ படத்தின் டிஸ்கஷன். அங்குதான் வெங்கியை எனக்கு பவித்ரன் அறிமுகப் படுத்தினார். ஒரு ‘ஹலோவுடன் ஆரம்பித்த எங்கள் நட்பு, இன்றுவரை இறுக்கமாய்த் தொடர்கிறது.

நான், வெங்கி, மற்றும் உதவியாளர்களுடன் பவித்ரனின் ‘சூரியன்’ படத்திற்கான விவாதம் நடக்கும். அப்போது கதையில் ஒரு இடத்தில் ஏதாவது ‘லாஜிக்’ சிக்கலோ அல்லது இந்த இடத்தில் இருந்து கதையை எப்படி நகர்த்தப் போகிறோம் என்பதிலோ, அல்லது ‘டெக்னிக்காகவோ’ ஒரு சிக்கல் வரும். உடனே வெங்கி திரும்பி என்னைப் பார்ப்பார்.

“என்னை ஏன்யா பாக்குறே... ?” என்பேன் நான். “இல்ல சார்... இந்த சிக்கலை எப்படி தீர்க்கிறதுன்னு சொல்லுங்க... ?” என்பார். கிட்டத்தட்ட மாட்டி விட்டுவிடுவார். இன்னிக்கு விட்டுடுங்க... நாளைக்கு சொல்றேன்...” என்பேன். அன்று இரவு முழுக்க யோசித்து, தூக்கம் இல்லாமல் தீர்வு கண்டுபிடித்து விடுவேன்.

மறுநாள் டிஸ்கஷனில், அந்த சிக்கலுக்கான தீர்வை நான் சொன்னதும். அனைவரும் கைகொடுத்து பாராட்டுவார்கள். உற்சாகமாய் இருக்கும். மதிய உணவு, இடைவேளையின் போது வெங்கி என்னிடம், “பாத்தீங்களா சார்... இதுக்குத்தான் உங்களை நேத்து திரும்பி பார்த்தேன். எவ்வளவு அருமையாய் ‘ட்விஸ்ட்’ பண்ணி திரைக்கதையை வலு ஏத்திட்டீங்க. செம டெக்னிகல் ஐடியா சார்! உங்களுக்கு ஒரு பிரத்யேகமான ‘பிரெயின்’ இருக்கு சார்...” என்று பாராட்டிக் கொண்டே இருப்பார். பொதுவாக வியாபாரம் நடக்கும் கடைகளில், தினசரி அல்லது வெள்ளிக்

கிழமை மாலை வேளையில், ஒருவர் சாம்பிராணி புகையை போட்டுகிட்டே இருப்பார். பார்த்து இருப்பீர்கள்...

அதேபோல எனக்கு, என் திறமைகளை ஊக்குவித்து, ஒரு புகை போட்டுக்கொண்டே இருந்தார் வெங்கி. எனது முதல்படம் 'ஜென்டில்மேன்' படவாய்ப்பு கிடைக்க ஒரு தூண்டுகோலாக இருந்தவர் வெங்கி.

இதை ஏற்கனவே நண்பன் பட ஃபங்ஷனில், விஜய் டி.வி நிகழ்ச்சியில் சொல்லியும் இருக்கிறேன்.

ஆனால்

அந்த படவாய்ப்பு வரும் போது, நான் பவித்ரனிடம் அவரது அடுத்த படம் ('இந்து' என நினைக்கிறேன்) டிஸ்கஷனில் முழுவீச்சோடு வேலை செய்து கொண்டு இருந்தேன்.

அந்த சமயத்தில் தயாரிப்பாளர் குஞ்சுமோனிடம் இருந்து கதை சொல்லச் சொல்லி அழைப்பு வருகிறது. எனக்கு ஒருவித தயக்கம், மற்றும் குழப்பம்.

"இப்ப பவித்ரன் குஞ்சுமோனை விட்டு வெளியே வந்துட்டாரு... இப்ப நான்போய் குஞ்சுமோனுக்குக் கதை சொல்லி அது அவருக்கு பிடிச்சா... நான் டைரக்டர் ஆயிடுவேன். ஆனா தப்பா ஆயிடுமா? அதுவும் இல்லாம பவித்ரன் இப்போ சூட்டிங் போற லெவல்ல ரெடியாய் இருக்கும் போது, ஒரு அஸோஸியேட் டைரக்டரா நான் விட்டு விட்டு போவது சரியாகுமா? ஏற்கனவே குஞ்சுமோனும், பவித்ரனும் பிரிந்திருக்கும் சமயம் வேறு இது. இந்த நேரத்தில் பவித்ரனின் அஸோஸியேட் ஆகிய நான், குஞ்சுமோனுக்கு படம் பண்ணும் சந்தர்ப்பத்தை பயன்படுத்திகிட்டா சுயநலமா இருக்காதா?"

இப்படியான மனக்குழப்பங்களை வெங்கியிடம் விவாதித்தேன். அப்போது வெங்கி சொன்ன பதில்:

"சார்! இன்னிக்கு இல்லாவிட்டாலும் என்றோ ஒரு நாள் நீங்கள் பவித்ரன் சாரை விட்டு விலகி, தனியே படம் பண்ண போயே தீரணும். இது நிதர்சனமான உண்மை. அதே மாதிரி நீங்க போகலேன்னா குஞ்சுமோன் சார் வேற ஒரு டைரக்டரை தேர்வு செய்து, படம் எடுக்கத்தான் போறாரு. நீங்க யோசிக்கிறதோட நியாயம் உண்மைதான். ஆனா எதார்த்தம்னு பார்த்தா குஞ்சுமோன் சார் வெற்றிப்பட தயாரிப்பு நிர்வாகமாக இருக்கிறதுக்கு, உதவி இயக்குனர்களாக, நம்மோட பங்கும் இருக்கு. வேறே யாரோ

ஒருத்தர் அந்த கம்பெனிக்கு படம் பண்ணுறதுக்கு பதிலா, நீங்க பண்றதுதான் நியாயமா இருக்கும். தவிர வாழ்க்கையில சந்தர்ப்பம் வரும்போது உபயோகிக்கலேன்னா... அந்த சந்தர்ப்பம் மறுபடி வராது..."

இப்படி எல்லாம் பேசி

எனக்குள் இருந்த தயக்கத்தை, ஒரு நல்ல நண்பனாக, ரொம்ப எளிமையாய் தெளிவு படுத்தி என் குழப்பத்தை நீக்கி என்னை குஞ்சுமோனுக்கு கதை சொல்ல அனுப்பி வைத்தார்.

இதேபோல்

சரியான, நேர்மையான, உண்மையான ஆலோசனை கூறும் நண்பர்கள் அமைவது கடினம்.

எனக்கு வெங்கி கிடைத்தது அபூர்வம்!

இப்படித்தான் குற்றாலம். தென்காசி பகுதிகளில் "ஜென்டில்மேன் படத்தின் 'பிளாஷ் பேக்' காட்சிகளைப் படமாக்கிக் கொண்டு இருக்கிறேன். வெங்கி அஸோஸியேட். ஒருநாள் எனக்கும், ஒளிப்பதிவாளர் மறைந்த ஜீவாவுக்கும் ஒரு 'ஷாட் கோணம்' வைப்பதில் முரண்பாடு. நான் சொல்வதை ஜீவா மறுக்கிறார். அப்படித்தான் வேண்டும் என்று நான் அடம்பிடிக்கிறேன். வாக்குவாதம் ஆகிறது. என் முதல் படம் வேறு. கேமராமேன் இப்படி பேசுகிறாரே என்ற அழுத்தம். வெங்கியை அழைத்து தனியே சென்று, "என்ன வெங்கி? இப்படி அடம் பிடிக்கிறாரு, ஜீவா... ?" என சொல்லும் போது, வெடித்து அழுது விட்டேன். அவ்வளவு மனஅழுத்தம். வெங்கி என்னைத் தேற்றுகிறார். நான், "சென்னைக்கு போன் பேசி, உடனே வேற காமிராமேனை வர வை. ஜீவாவோடு இனிமேல் வேலை செய்ய முடியாது... " என்கிறேன். பதிலுக்கு வெங்கி, "சார்... கடை சி ஷெட்யூல். இன்னும் நான்கு நாட்கள்தான் சூட்டிங்... அவுட்டோர் முடிஞ்சிடும்... இப்ப போயி காமிராமேனை மாத்தனும்னு சொன்னா நிறைய பிரச்சனைகள் தேவையில்லாம வரும். உங்களுக்கு முதல்படம்... கொஞ்சம் பொறுமையா இருங்க. நீங்க விருப்ப பட்ட மாதிரி ஷாட் ஜீவா எடுப்பார்..." என கூறினார். பின்னர் ஜீவாவிடம் சென்று ஏதோ சமாதானமாய் பேசினார். அதன்பின் ஜீவா நான் கேட்ட மாதிரி ஷாட் எடுத்து கொடுத்தார்.

அதே ஜீவா என்னோட 'காதலன்', 'இந்தியன்' போன்ற படங்கள் எல்லாம் வேலை செய்தார். ஆனால் அன்று என்னை

சமாதானப் படுத்தி ஜீவாவையும் கூல் பண்ணி சூழ்நிலையை சமாளித்தவர் வெங்கி!

பொதுவாக ஒரு பாடலில் என்னென்ன விஷயங்கள் (contents) வரவேண்டும் என நான் முன்பே தீர்மானித்து விடுவேன். அதை பாடல் எழுதும் கவிஞர்களிடம் தெளிவாக கூறிவிடுவேன். அப்படி இந்த 'பாய்ஸ்' பட 'சீக்ரெட் ஆப் சக்ஸஸ்' பாடலுக்கும் 'வெற்றியின் ரகசியம்' என்ன என்பதற்கான விஷயங்களை திரட்ட முடிவு செய்தேன்.

எனக்குத் தெரிந்த சினிமா பிரமுகர்கள் தவிர, மற்ற துறைகளிலும் வெற்றி பெற்றவர்களை சந்தித்தேன். ஒவ்வொருவரிடமும் "நீங்கள் வெற்றி பெற்றதன் ரகசியம் என்ன?" என்று நினைக்கிறீர்கள் என கேட்டேன்.

இது தவிர புத்தகங்கள், இன்டர்நெட் மூலமாய் வெற்றி பெற்றவர்களின் வாழ்க்கையில் அவர்கள் கூறிய காரணங்களையும் தொகுத்தேன்.

நான் பொதுவாகவே,

என்படத்தில் பாடல் மட்டுமல்ல இசை, ஒளிப்பதிவு, எடிட்டிங், இன்னபிற விஷயங்களிலும் படம் முடியும் வரை கவனம் செலுத்துவேன். காரணம், நாம் ஒவ்வொரு விஷயங்களிலும், நேர்மையாய் இருக்கவேண்டும் என செயல்படுவேன்.

நான் இயக்கும் படத்திற்கு நேர்மையாய் இருக்க வேண்டும்.

என் படம் பார்க்க வரும் ரசிகர்களுக்கும் நேர்மையாய் இருக்க வேண்டும் என நினைப்பேன். என் படங்களின் வெற்றிக்கு அந்த நேர்மையும் மிகப்பெரிய ஒரு காரணம் என எண்ணினேன். அதனால் அந்தப் பாட்டின் முடிவில் 'நேர்மைதான் வெற்றியின் ரகசியமே!' என முடிக்க ஆசைப் பட்டேன். கவிஞர் வாலி அவர்களிடம் இதை எல்லாம் கூறினேன். கூர்ந்து கேட்ட வாலி சார், மளமளவென்று பல்லவியை எழுதி முடித்தார். அடுத்து உடனே சரணத்தில்,

"கேட்டுக்கோ லக் கால் கிலோ...
ஹோப் கால் கிலோ...
டேலண்ட் கால் கிலோ...
எல்லாமே சேர்த்துக் கட்டிய
பெரிய பொட்டலம் தான்
சீக்ரெட் ஆஃப் சக்ஸஸ்"...SS

இப்படி அழகாய் எழுத ஆரம்பித்து இறுதியில் 'நேர்மைதான் வெற்றியின் ரகசியமே!' என பாடலை முடித்தார் வாலி.

நான் சொல்ல நினைத்ததை பாடலின் இறுதியில் 'ஹைலைட்டாய்' முடித்ததுதான் வாலியின் டச்!

எல்லா வெற்றி பெற்றவர்களின் பின்னால் உழைப்பு இருக்கிறது. அதிர்ஷ்டம் இருக்கிறது. பணம் இருக்கிறது. இன்னும் நிறைய இருக்கிறது. ஆனால் அனைத்தையும் தாண்டி நேர்மை இருந்தால்தான் வெற்றி நிச்சயம்.

என்னுடன் இத்தனை ஆண்டுகள் ஒரு நண்பனாக பயணிக்கிற வெங்கி, இன்றும் திரைத்துறையில் ஒரு கமர்ஷியல் இயக்குனராக பயணிப்பதற்கு காரணம் அவரிடம் இருக்கும் நேர்மை. அந்த நேர்மை அவர் எழுதிய இந்த "விக்னேஸ்வரனாகிய நான்" புத்தகம் முழுக்க இருக்கிறது. எளிமையாகவும், ஆழமாகவும் அதே சமயம் கவனித்து... நம் நினைவில் நிறுத்திக் கொள்ளவும் நிறைய விஷயங்களை சொல்லி இருக்கிறார்.

வாசியுங்கள்!

உணர்வீர்கள்!!

வாழ்த்துக்கள் நண்பா!!!

நட்புடன்
ஷங்கர்

ஒரு வெற்றியாளனின் ஒப்புதல் வாக்குமூலம்

இயக்குநர் G.வசந்தபாலன்

1992ஆம்ஆண்டு நான் எடிட்டர் பி.லெனின் – வி.டி.விஜயன் மூலமாக இயக்குநர் ஷங்கர் அவர்களிடம் வேலைக்குச் சேர்ந்த முதல்நாள். ஷங்கர் அவர்களுடன் சோடாப்புட்டி கண்ணாடி போட்டுக்கொண்டு 'உர்'ர்'ன்னு ஒருத்தர் போனார். அவரைப் பார்த்தவுடனே மனதில் ஒரு இனம்புரியாத பயம். ஒரு வாத்தியாரைப்போல ஒரு ஹெட்மாஸ்டரை பார்ப்பதைப்போல நான் பயந்தேன். அலுவலக வரவேற்பு அறையில் உட்கார்ந்திருந்தேன். கதை விவாத அறையில் இருந்து அவர் வெளியே வந்தார். "வணக்கம்" சொன்னேன். "பேரு என்ன?" என்று கேட்டார். "பாலன்" என்று கூறினேன். "விஜயன் சார் அனுப்பினாரா?" என்று கேட்டார். "ஆமாம்" என்று கூறினேன். பேச்சில் மிரட்டல் தொனி. "கையெழுத்து எப்படியிருக்கும்?" என்று கேட்டார். நல்லாயிருக்கும்ன்னு" சொன்னேன். "எழுதிக்காட்டு"ன்னு பக்கத்தில் கிடந்த தினந்தந்தி பேப்பரை கொடுத்து "இதை காப்பி பண்ணி காட்டு உன் தலையெழுத்து எப்படியிருக்குன்னு பாப்போம்"ன்னு ஒரு சிகரெட்டை இழுத்தபடி அறைக்குள் போனார். கொஞ்சம் பயந்தபடி "இவர் யாரு"ன்னு ஆபீஸ் மேனேஜரிடம் கேட்டேன். இவரு தான் வெங்கடேஷ் அஸோஸியேட் டைரக்டர், டைரக்டரோட வலது இடது கை என்று கூறினார். தினந்தந்தி பேப்பர்ல எதை காப்பி பண்றதுன்னு தெரியாம முழிச்சுக்கிட்டு இருந்தேன். பயத்தில் கையெழுத்து கோணல் மாணலாக போனது. வேர்க்கத் துவங்கியது. இரவு என் கையெழுத்தைப் பார்த்து விட்டு "பரவாயில்ல" என்று கூறிவிட்டு வீட்டுக்கு கிளம்பினார். அப்பாடா பாஸாகிவிட்டேன் என்ற சந்தோஷத்தில் சைக்கிளில் பறந்தேன்.

வெங்கடேஷ் சார் அலுவலகத்துக்கு காலை 8 மணிக்கு வந்து விடுவார். நான் 'ஹா'யாக உட்கார்ந்து பேப்பர் படித்து கொண்டிருப்பேன். உடனே கதை விவாத அறைக்குள் அழைத்து,

“காலையில் அலுவலகம் வந்தவுடனே ரூம சுத்தம் பண்ணி வைக்கனுமுன்னு அறிவில்ல” என்று ஹைடெசிபலில் கத்தத் துவங்குவார். பதறியபடியே வேலை செய்வேன். இப்படி ஒரு நாளைக்கு பலமுறை வெங்கடேஷ் சாரிடம் திட்டு வாங்குவேன். பலநாள் அலுவலகத்தின் வெளியே நின்று அழுதிருக்கிறேன். வேலை போய்விடுமோ என்று பதறியிருக்கிறேன். “ஸ்கிரிப்ட் பேப்பரை ஃபைல் பண்ணி வை” என்று சொல்வார். பேப்பரை சரியாக மடிக்காமல் பஞ்சிங் மிஷினில் பஞ்ச் பண்ணி ஃபைல் பண்ண துவங்கினேன். இதைப் பார்த்து வெங்கடேஷ் சார் கடுப்பானார். கத்தினார். “பேப்பரை இரண்டாக மடித்து பஞ்சிங் மிஷினில் வைத்து பஞ்ச் பண்ணவேண்டும்” என்று விளக்கினார். இப்படி மிகக் கடுமையாக, களிமண்ணாக இருந்த என்னை கொஞ்சம் கொஞ்சமாக ஒரு உதவி இயக்குநராக்கினார்.

அன்றைக்கு அவருக்கு மாதம் 1250 ரூபாய் சம்பளம் 1000 ரூபாயை ‘டிடி’ எடுத்து ஊருக்கு அனுப்பச்சொல்லி என்னிடம் கூறுவார். ‘250 ருபாய்ல எப்படி இந்த மனுஷன் வாழுவான்?’னு அன்னிக்கி தோணும். அவர் ஊருக்கு பணம் அனுப்பிய நல்ல பழக்கம் என்னையும் தொற்றியது. நானும் என் சம்பளப் பணத்தை செலவு போக மீதியை ஊருக்கு அனுப்பத் துவங்கினேன். இப்படி பல நல்ல விஷயங்களை அவரிடம் இருந்து கற்று கொண்டேன்.

அப்போதெல்லாம் அவரைப் பற்றி நினைக்கும் போது வேப்பங்காயாக கசக்கும்... ஒரு வாத்தியாராக ஒரு உதவி இயக்குநரை அவர் பழக்கும் விதம் சரியே என்று இயக்குநரான பின் பலநாள் உணர்ந்திருக்கிறேன். ‘ஜென்டில் மேன்’ திரைப்படம் முடியும் தருவாயில் அவருக்கு நெருக்கமான உதவி இயக்குநராக மாறிவிட்டேன். அலுவலகத்தை பராமரிக்க, ஷூட்டிங்கில் வேலை செய்ய, சென்னையில் சிக்கனமாய் வாழ பலவிதமாக பழகிக் கொண்டேன்.

ஆனாலும் அவர் மீது அப்போது படிந்த அந்த வெறுப்பின் வடிவம் அப்படியே மனதில் இருந்தது. ‘அங்காடித்தெரு’ திரைக்கதை எழுதும் போது கண்டிப்பான மேனேஜர் என்ற கதாபாத்திரத்தை யோசித்த போது அவர் ஞாபகம் வந்தது. தயக்கத்தோடு அணுகினேன் மிக்க அன்போடு மிக குறைவான சம்பளத்தில் இரவு பகல் பாராது நடித்து கொடுத்தார்.

‘ஜென்டில்மேன்’ நடந்த நாட்களில் அவரோடு பழகியதில் கொஞ்சம் அவருடைய வாழ்க்கை தெரியும் இந்த புத்தகம் படிக்கும் போது அவரை பற்றி தெளிவாக ஒரு வரைபடம் கிடைக்கிறது.

எண்பதுகளில் ஒரு நடுத்தர வர்க்க தெற்கத்தி இளைஞனுக்கு என்னென்ன விஷயம் நடக்கவேண்டுமோ அது அத்தனையும் காதல் உட்பட அத்தனையும் நடந்திருக்கிறது எத்தனை கஷ்டங்களையும் தாண்டி வந்திருக்கிறார். வியப்பாக இருக்கிறது.

ஒரு கர்ப்பிணி இடையறாது வயிற்றில் உள்ள குழந்தை மீதே கவனமாக இருப்பாள். எத்தனை கஷ்டம் வந்தாலும், கரு கலைந்து விடக் கூடாது, குழந்தைக்கு எதுவும் ஆகிவிடக்கூடாது என்ற தீரா கவலையிலும் இடைவிடா பொறுப்பிலும் இருப்பாள். சதாசர்வகாலமும் தன் குழந்தையை எப்படி ஆரோக்கியமாக, சுகமாக பெற்றெடுப்பது? என்ற கனவில் இருப்பாள். ஒரு கர்ப்பிணிக்கு குழந்தை போன்றே ஒரு உதவி இயக்குநருக்கு இயக்குநராக வேண்டும் என்ற கனவு. அந்தக் கனவை சிதைக்க ஆயிரம் காரணிகள் பூவுலகில் முன்னும் பின்னும் நடக்கும். அதில் நம் கனவை சிதைக்காமல் பெற்றெடுக்க வேண்டும். இந்த புத்தகம் முழுக்க வெங்கடேஷ் சார் ஒவ்வொரு கண்டத்தையும் தான் எத்தனை வலியோடு நெளிவு சுளிவோடு தாண்டினேன் என்பதையும் அதை தான் எங்கு கற்று கொண்டேன் என்பதையும் எழுதியுள்ளார். காந்தாரி பெருங்கர்ப்பம் கொண்டதை போன்று வெங்கடேஷ் சார் கர்ப்பிணியாக வாழ்ந்துள்ளார் இன்றும் அப்படியே வாழ்கிறார். ஒரு நாணல் காற்றின் போக்கில் வளைந்து கொடுத்தபடியே வளரவும் செய்யும். இன்று ஒரு புத்திசாலி அப்படி இருக்கவேண்டும். சென்னையில் அதுவும் இந்த பெருநகரத்தில் வாழ எத்தனை மொழி பேசவேண்டும் எத்தனை விதமான வேஷம் போடவேண்டும் ஒரு அஷ்டவதானி போலதான் தமிழ் சினிமாவில் ஒரு இயக்குநர் நடக்கவேண்டும் என்பதற்கு இந்த புத்தகம் உதவி இயக்குநருக்கு ஒரு வழிகாட்டி உரை. ஒரு வெற்றியாளனின் ஒப்புதல் வாக்குமூலம். இந்த புத்தகத்தில் உண்மையை எந்த ஒப்பனையும் இன்றி வெங்கடேஷ் சார் எழுதியுள்ளார்.

வாழ்த்துக்கள் சார்.

ஆயிரம் பிரியங்களுடன்
வசந்தபாலன்

முன்னுரை

என்னமோ இப்ப தோணுச்சு, திடீர்னு. சரி எழுதுறேன்!

என்ன எழுதலாம்... நான் சினிமாவுக்கு வர்றதுக்காகப் பட்ட கஷ்டத்தையா?

சினிமா லைஃப்ல கடந்த விஷயங்களா?

கத்துக்கிட்ட விஷயங்களா?

காயம்பட்ட நொடிகளா?

நட்புகளின் ஆதரவா?

பழகியவர்களின் துரோகமா?

என்ன எழுத?

சினிமா உலகில் திறமை எவ்வளவு தேவையோ, அதுக்கும்மேல நேரம் என்பார்களே! அது, மிக முக்கியம்.

நேரம், காலம் நம்ம கையில இல்ல. ஆனா, முயற்சி நம்ம கையிலதான் இருக்கு. முயற்சிபண்ணும்போது கைதூக்கி விடுவோர்கள் செய்யும் உதவி, கடவுள் செய்யும் உதவிக்குச் சமம்.

'இன்று போய் நாளை வா' என்பது இராமாயணத்தில் ராமன், ராவணனிடம் சொன்னது மட்டுமல்ல; நாம் முயற்சிக்கும் சில விஷயங்களில் நமது லட்சியங்களுக்காகச் செல்லும்போது, நம்மிடமும் அதையேதான் சொல்லுவார்கள்.

நாளை என்பது அடுத்த வாரமாக இருக்கலாம், அடுத்த மாதமாகக்கூட இருக்கலாம், அதற்கடுத்ததான மாதமாகவும் இருக்கலாம். ஆனால், திடமான நம்பிக்கை நிச்சயம் வேண்டும்.

எப்போது நடக்கும், எப்போது நமக்கு வாய்ப்புக் கிடைக்கும் என்பது தெரியாமல் ஒரு குழப்பமான மனநிலைமைக்குக்கூட ஆளாகலாம். எனினும், யாராவது ஒருவர் வருவார், அவர் வழிகாட்டுவார். அவர் கரம் தூக்கி திசை காட்டுவார்.

அந்த ஒருவரைச் சந்திக்கும்வரையில் பொறுமை, சகிப்புத்தன்மை, தன்னம்பிக்கை யாவும் இருந்தால் நினைத்தது நடக்கும். அதுவரை முயற்சிகள்வழியே போய்க்கொண்டே இருக்கவேண்டும். தங்கிவிடக்கூடாது. அது, பின்தங்கச்செய்துவிடும். எனவே, முன்வைத்த காலை பின்வைக்கவே கூடாது.

இத்தருணத்தில், திரு.எல்.வி.பிரசாத் அவர்கள் சொன்னகூற்று நினைவுக்கு வருகிறது.

"உண்மையான, அபாரமான திறமைமிக்கவர்களின் முயற்சிகள் வெல்லும்.நேரம் நிச்சயம் கைகூடும்"

எப்படியென்றால், இயற்பியல் விதிகள்போல, ஒருவரது திறமையே அவரை உரியவரிடம் கொண்டுபோய்ச் சேர்க்கும். இது நடக்கும், நடந்தே தீரும் என்பதுதான் அது.

இப்படி என்னை நானே தேற்றிக்கொள்வேன். இதுவே, எனது தாரக மந்திரமாகும்.

இறைவனிடம் முறையிட எப்படி பிரார்த்தனை அவசியமோ அதுபோல, தொடக்ககால முயற்சிகளில் துவளக்கூடாது. படையெடுப்புகளில் பயந்து பின்வாங்கவே கூடாது.

அய்யய்யோ? இப்படியெல்லாம் எழுதி எனக்கே போரடிக்குதே. அப்ப படிக்கிற உங்க நிலைமை?

வேண்டாம்!

ஒண்ணு பண்ணலாம்; கோர்வையில்லாம, முன்பின் தொடர்பில்லாம, சுவாரஸியமான விஷயங்களை மட்டும் தொகுத்தால் என்ன? இது, என் வாழ்க்கை வரலாறு இல்ல. ஏன்னா, உலகத்திலே போரடிக்கிற விஷயம், நம்ம வாழ்க்கை வரலாறை நாமே எழுதுறதுதான்.

அப்படின்னா, எதைப் பத்திதான் எழுத? இப்போ, நான் எப்பவோ எழுதின கவிதை ஞாபகத்துக்கு வருது.

அந்தக் கவிதை கீழே:

"என்னென்னவோ இறைவனைக் கேட்டுவைத்தேன்

அவன் எதையுமே எனக்குக் கொடுக்கவில்லை

இனி கேட்பதில்லை என முடிவுசெய்தேன்

ஆனால்

என் தேவைக்கு என்னவோ, அதைக் கொடுத்துவிட்டான்

இறைவா, இறைவா நீ பெரியவன்!

நானோ

ரொம்பச் சிறியவன்”

யோசிச்சுப் பார்த்தா அதுதான் உண்மை. நாம நினைக்கிறதெல்லாம் நடந்துடுறதா என்ன?

நடக்கிறதெல்லாம் நினைச்சதா என்ன? ஆனால் நினைச்சதுக்கும், நடக்கிறதுக்கும் இடையில, நிறைய சுவாரஸியமான விஷயங்கள் இருக்கு. அதைத் தொகுத்தா என்ன? சரி, தொகுத்திடலாம். தொகுக்குறதுக்கு என் வாழ்க்கையில் நடந்த நிறைய விஷயங்கள் இருக்கு.

சில என்னைப் பத்தினதா இருக்கும், சில வேறுசிலரைப் பத்தினதா இருக்கும், சில தனித்தன்மைகொண்டு இருக்கும், சில சந்தோஷமா இருக்கும். சில சம்பவங்கள் நெருடலாய்க்கூட இருக்கும், சில விஷயங்கள் பகிரவேகூடாது. ஏன்னா, அது அப்படித்தான்!

சில விஷயங்களை இருட்டடிப்பு செய்வது உசிதமானதுதான்.

“நீ எல்லாம் எங்க தேறப்போற? கண்டிப்பா, பி.காம். பெயிலாகத்தான் போற? ராமசாமி பையன் அதான்! உன்கூடப் படிக்கிறானே ரங்கசாமி, அவன் பாஸாவான். வாழ்க்கையிலே செட்டில் ஆவான். ஆனா, நீ இப்படி டிராமா, கதைன்னு எழுதி கடைசியில கழுதை மாதிரி ஊரைச்சுத்தி வா”

இப்படி, உங்கள் கல்லூரியில் உள்ள ஒரு வேப்பமர நிழலில் நின்று உங்கள் உறவினர் ஒருவர் இப்படிச்சொன்னால் என்ன செய்வீர்கள்? கோபப்படுவீர்கள். சரியா? எனக்கும் வந்தது.

ஆனால், காட்டிக் கொள்ளவில்லை. ஏன் என்றால், அப்போது என் கையில் ஐந்து ‘அரியர்ஸ்’ இருந்தது. எனவே, அவர் சொல்வதில் நியாயம் இருந்தது. அன்றிலிருந்து, படிப்பை மட்டுமே கவனத்தில் வைத்தேன். உழைப்பு முழுக்க, படிப்பில் செலவழித்தேன்.

ரிஸல்ட் வந்தது. நான் பாஸாகிவிட்டேன். என் உறவினர் என்னோடு ஒப்பிட்டுப் பேசினாரே, அந்த ராமசாமிப் பய ரங்கசாமி, அவன் பெயிலாயிட்டான். இத்தனைக்கும், அவன் என்னைவிட நல்லாப் படிக்கிற பையன்.

ஏன் பெயிலானான்னு இதுவரைக்கும் எனக்குத் தெரியாது. அன்று, என் உறவினர் சொன்ன வார்த்தை பொய்த்தது. நான் பாஸ். ரங்கசாமி பெயில். ஆனால், நான் அந்த ரங்கசாமி பெயிலானதுக்கு வருத்தப்பட்டேன். அவன் மனம் உடைந்துபோகக் கூடாதுன்னு, அவன் அந்தப் பேப்பரை மறுபடியும் எழுதி, பி.காம். டிகிரிவாங்க கூடவே மனரீதியான சப்போர்ட் கொடுத்தேன். அவனும் அதுக்கப்புறம் பி.காம். டிகிரி வாங்கிட்டான்.

பின்நாளில் அந்த ரங்கசாமி, பேங்க் எக்ஸாம் எல்லாம் எழுதி, ஏதோ ஒரு பேங்கிலே வேலைக்கும் சேர்ந்து பாங்க் ஆபீஸராயிட்டான். அவன் மூன்றிலக்கச் சம்பளம் வாங்கறப்போ, நான் ரெண்டிலக்கச் சம்பளம்கூட இல்லாம, சென்னையில, சினிமா சான்ஸ் தேடி கழுதை மாதிரி சுத்திக்கிட்டு இருந்தேன்.

இப்போ என் உறவினர் சொன்னது பலிச்சது.

ரங்கசாமி பாங்க் ஆபீஸரா செட்டில் ஆயிட்டான். நான், கழுதைமாதிரி சுத்திக்கிட்டே இருந்தேன். இப்படி, நிறைய சுவாரசியமான விஷயங்கள் சொல்றதுக்கு இருக்கு. சொல்லப்போவது முற்றிலும் உண்மைதான். ஏன்னா, ஜோடிச்ச பொய்களைவிட ‘சுரீர்’ என்று சொல்லும் உண்மை இருக்குது பாருங்க! அது, அப்படியே மனசுல ‘பசக்’–குனு ஒட்டிக்கும்.

நான் சொல்லப்போற உண்மைகள், சம்பந்தப்பட்டவர்களை சந்தோஷப்படுத்தும், உங்களுக்கும் சுவாரஸியமாக இருக்கும். ஏன்னா, நினைச்சுப் பாக்கறப்போ எனக்கே, ‘அட!’ அப்படியான்னு தோணுதுன்னா! படிக்கப்போற உங்களுக்கு...

தோழமையுடன்

உங்கள் **A.வெங்கடேஷ்**

உள்ளே...

1. தேடுதல் வேட்டை — 17
2. 'டச்'லேயே இருங்க — 23
3. விக்னேஷ்வரனாகிய நான் — 27
4. கண்ணாலே பார்! — 32
5. நடிகன்டா! — 36
6. உழைப்பு — 41
7. மகாபிரபு — 46
8. ஏ.ஆர். ரகுமான் — 54
9. சுந்தரம் — 59
10. ராஜன் பி.தேவ் — 63
11. பொய் பொய்தான் — 67
12. யானை போட்ட மாலை — 72
13. காதல் வளர்த்தேன் — 78
14. நதிபோல ஓடு — 85
15. 'நோ காம்பரமைஸ்' — 92
16. எல்லாமே சாத்தியம் தான் — 97
17. ரௌத்திரம் பழகாதே — 101
18. நேரம் முக்கியம் — 105
19. எண்ணிய எண்ணியாங்கு — 111

20.	வெற்றி பெற்ற சண்ட மாருதம்	116
21.	எல்லாமே முடியும்	121
22.	இளமையில் வறுமை துரத்தியகொடுமை	128
23.	நட்டும் ஜாதியும்	133
24.	குருவுக்கும்மேல்...	137
25.	புத்தியா ? கத்தியா ?...	143
26.	சொல்வது அழகு	148
27.	உதவியாளர்	152
28.	ரெடிமேட்	158
29.	நானும் டிரைவர்தான்	163
30.	கமர்ஷியலும் ஒரு கலைதான்	168
31.	உதாரண புருஷன்	172

தேடுதல் வேட்டை

அப்போது நான் காலேஜ் முடிச்சுட்டேன். குடும்ப வறுமைச்சூழல் காரணமாக, எனது மொத்தக் குடும்பமும் நான் வளர்ந்த தூத்துக்குடியைவிட்டு கோவில்பட்டிக்கு இடம்பெயர்ந்த சமயம். நான் கோவில்பட்டியில் சின்னச்சின்ன வேலைகள், கிடைக்கிற வேலைகள் பார்த்துக் கொண்டிருந்தேன். மனசு மட்டும் என் கனவை நோக்கி, பயணத்தை நோக்கி ஏங்கிக் கொண்டிருந்தது. ஆனால், வாழ்க்கையோ அன்றைய நிஜத்தில் சுழன்று கொண்டிருந்தது. வேலைகள் பார்க்கிறேன். எப்படி கனவு, லட்சியத்தை அடையமுடியும்! என்று உள்ளுக்குள் உருகிக் கொண்டிருந்தேன்.

அப்போது, தூத்துக்குடியில் என் பிரண்ட் ஒருத்தர், ஒரு ஹோட்டல் ரிசப்ஷனிஸ்ட் வேலை பார்த்துக் கொண்டிருந்தார். பேரு, சண்முகசுந்தரம். சம்முக்குட்டி–ன்னு கூப்பிடுவோம். ஒரு நாள், அன்றைய இரவில் தூத்துக்குடியில் இருந்து என் நண்பன் சிவா வருகிறான். அவன் எனக்கு உறவுமுறை; அத்தை மகனும்கூட.

என்னிடம் சிவா, "சம்முக்குட்டி அண்ணன் சொல்லி அனுப்பினார். உங்களுக்கு மெட்ராஸில் ஒரு வேலை இருக்காம். போறீங்களான்னு கேக்கிறார்" என்கிறார்.

ஏற்கனவே, ஒரு வேலைக்காக மெட்ராஸ் வந்து, அது கிடைக்காமல் திரும்பிய அனுபவம் எனக்கு இருக்கிறது. (அதைப் பின்னால் சொல்கிறேன்) எனவே, ஒரு கணம் யோசிக்கிறேன்.

‘உண்மையிலே வேலை இருக்கா?’ எனக் கேட்கிறேன்.

‘ஆமா... ‘கன்ஃபார்மா’ இருக்குதாம்’ எனக்கூறவும், ‘சரி, நாளை காலை தூத்துக்குடிக்குப் போகலாம்’ என்ற முடிவுடன், கூடவே ஏகப்பட்ட கனவுகளுடன், அரைகுறைத் தூக்கத்துடன் அன்றைய இரவு கழிகிறது.

நான், தூத்துக்குடியில் சம்முக்குட்டி வேலைசெய்யும் ஹோட்டலில் நிற்கிறேன்.

சம்முக்குட்டி, “எங்க முதலாளியோட சொந்தக்காரர் திண்டுக்கல்ல ஒரு ஹோட்டல் வச்சிருக்காங்க. சென்னையில, கோடம்பாக்கம் பக்கத்துல ஒரு ஹோட்டல் திறக்கப்போறாங்க. பேரு, ‘ராம் இண்டர்நேஷனல்’. ரெஸ்டாரெண்ட்டும், லாட்ஜிங்கும் சேர்ந்த ஹோட்டல். அதுல லாட்ஜிலே ரிஸப்ஷனிஸ்ட் வேல. சாப்பாடுபோக ஒரு சம்பளம் தருவாங்க. டிகிரி முடிச்ச, இங்கிலீஷ் பேசத்தெரிஞ்ச பையன் இருந்தா சொல்லச் சொன்னாங்க. எனக்கு உன் ஞாபகம் வந்தது. போறியா?” எனக் கேட்டார்.

எனக்குக் ‘குப்’பென்று வேர்த்தது.

“பி.காம். டிகிரி முடிச்சிருந்தாலும் எனக்குச் சரளமாக இங்கிலீஷ் பேச வராதே” என்றேன்.

“பழகிக்கிட்டே, இந்த வேலையிலே இருந்துக்கிட்டே சினிமாவுக்கு ட்ரை பண்ணு. எப்பப் பார்த்தாலும் சினிமாவிலே சேரணும்னு புலம்பறே இல்ல. உன் கனவு சினிமாதானே? இது, ஒரு சான்ஸ்” –என்று சம்முக்குட்டி கூறினார்.

சினிமா கனவு பலிக்கணும்னா, சிரமப்பட்டே ஆகணும்தான். முடிவு பண்ணினேன்.

“ஓ.கே. போறேன்” எனக் கூறினேன்.

“என்னது ஹோட்டல் வேலையா அதுவும் சென்னையிலா?” வீட்டில் அம்மா கவலையுடன் கேட்டது, இன்னும் கண்ணில் நிற்கிறது. அப்படி இப்படி சமாளித்து, கோவில்பட்டியில் இருந்து தூத்துக்குடிவந்து பின், தூத்துக்குடியில் இருந்து என் நண்பர்கள் பட்டாளம் புடைசூழ்ந்து வழியனுப்ப சென்னைக்குக் கிளம்பினேன்.

ஆக, சினிமான்னு முடிவுசெய்து சென்னை வந்தேன். அப்போது கையில் இருந்த ரொக்கம், பஸ் கட்டணம்போக மிச்சம் ரூ.324 மட்டுமே.

வரும்போதே சாப்பாட்டுக்கும், குடும்பச்செலவுக்கும் கொஞ்சம் பணம் அனுப்பணும்னு முடிவுபண்ணி, அந்த ஹோட்டல்ல

'ரிசப்ஷனிஸ்ட்' வேலையில் சேர்ந்தேன். வேலை சுகமானதல்ல என சேர்ந்ததும் தெரிந்தது. காலை ஏழு மணிமுதல் இரவு ஏழு மணிவரை அல்லது, மாலை ஏழு மணி முதல் மறுநாள் காலை ஏழு மணிவரை. இரண்டு ஷிப்ட். காலை ஷிப்ட்டுக்கு ஒருத்தர், நைட்டுக்கு இன்னொருத்தர். இப்படியே வேலை தொடர்ந்தது.

மூன்று, நான்கு மாதங்களுக்குப் பின்னால் எனது நண்பன் கணேஷ் தூத்துக்குடியில் இருந்து அவனது அப்பாவுடன் வந்தான். நான் வேலைபார்த்த ஹோட்டலில்தான் தங்கினார்கள். ஏதோ மெடிக்கல் செக்கப்–க்காக வந்த அவனது அப்பாவின் பெயர் முத்துக்குமாரசுவாமி. சிறந்த ஆன்மீகவாதி, பரோபகாரி.

நான் தூத்துக்குடியில் முதன்முதலாக பொதுமக்கள் முன்னிலையில் நாடகம்போட ஒரு மேடை வாங்கிக் கொடுத்தவர் இவர்தான். எனவே, அவர்மீது எனக்கு மிகுந்த மதிப்பு இருந்தது. அவரை பெரியப்பா என்றுதான் அழைப்பேன். வந்த வேலை முடிந்து, அவர் ஊருக்குக் கிளம்பும் அன்று என்னிடம் கேட்டார்:

"என்னப்பா நைட் ட்யூட்டியா"

"ஆமாம்"

"மைலாப்பூர்வரைக்கும் போயிட்டு வரலாம் வர்ரியா?" எனக் கேட்டார்.

"சரி" என்று கிளம்பினேன்.

ஆட்டோவில் போய்க்கொண்டிருக்கும்போது அவர் கேட்டதும் நான் கூறிய பதில்களும்:

"வேலை பிடிச்சிருக்கா?"

"ம்ம்"

"சம்பளம் கரெக்டா வந்துடுதா?"

"ம்ம்"

"வர்ற சம்பளத்தை என்ன பண்றே?"

"என் செலவுக்குக் கொஞ்சம் எடுத்துக்குனு, மிச்சத்தை அப்படியே ஊருக்கு அனுப்பிடுவேன்."

"ரொம்ப நல்லது. சாப்பாடு, தங்குற இடம் ஃப்ரியாக கிடைக்குது. இல்லையா?"

"ஆமாம்!"

"இப்படியே ஹோட்டல் வேலையில் செட்டிலாவது என முடிவு செஞ்சுட்டியா?"

"இல்லையே. கிடைக்கற நேரங்களில் முயற்சி பண்ணிக்கிட்டேதான் இருக்கிறேன்."

மறுத்து தலையாட்டிய அவர், "ஊஹூம். நீ முயற்சி பண்றே? ஆனால், தீவிர முயற்சி பண்ணலே. நீ சென்னைக்கு வந்தது சினிமாவில் சேர. மறந்துடாதே!"

ஆட்டோ பள்ளத்தில் இறங்கி ஏறாமலேயே எனக்கு உடல்ஆடியது. முத்துக்குமாரசுவாமி பெரியப்பாவும், கணேஷும் பின்னர் கிளம்பி ஊருக்குச் சென்றுவிட்டார்கள். எனக்கு மட்டும் புத்தி, அவர் கூறிய வார்த்தைகளில் சுற்றிச்சுற்றி வந்தது.

ஒரு முடிவு எடுத்துவிட்டேன். இனி, தீவிரமாக சினிமாவுக்கு முயற்சிசெய்தே தீரவேண்டும் என்று. எப்படி? ரெட்டைக்குதிரை சவாரி! அதாவது, நைட் ட்யூட்டி இருக்கும் சமயத்தில் எல்லாம் பகலில் தீவிரமா சினிமா இயக்குநர்களைச் சந்தித்து வாய்ப்புக்கேட்பது என்று. மதியம் ஒருமணி நேரம் தூக்கத்துக்கு ஒதுக்கினால்போதும். இரவு ட்யூட்டியை சமாளித்து விடலாம். இப்பொழுது தீவிர முயற்சியில் இறங்க ஆரம்பித்தேன்.

அப்படி ஒருநாள்,

ஒரு பரபரப்பான இயக்குநர் ஒருத்தரிடம் சான்ஸ் கேட்டுப்போனேன். அவர் ஒரே சமயத்தில் மூன்று, நான்கு படங்களை இயக்கிக்கொண்டிருந்த சமயம் அது. அவரிடம் வேலைக்குச்சேர்ந்தால் சீக்கிரம் வேலை கற்றுக்கொள்ளலாம் என்ற ஆசையில் அங்கே சென்றேன்.

அவரது ஆபீஸில் ஒரே கூட்டம். வாசலில் தயங்கி நின்றேன். அப்போது, அங்கு நின்றிருந்த ஒருவர் என்னைப் பார்த்து,

"தம்பி ! ரொம்ப நேரமாக நிக்கிறீங்களே. எதுக்கு?"

வெள்ளை பேண்ட்–சட்டை சகிதம் நின்ற அவர், அப்போது எனக்கு தெய்வமாகத் தெரிந்தார். எல்லோருமே நம்மை ஒரு விநோத ஜந்துவைப்போல பார்க்கும்போது, ஒருவர் மட்டும் அக்கறையாய் கேட்டால் அவர் ஆண்டவனாய்த்தான் தெரிவார்.

"டைரக்டர்கிட்ட அஸிஸ்டென்டாக சேர்றதுக்காக வாய்ப்புத்தேடி வந்திருக்கேன்."

நான் இப்படி பதில் கூறியதும்,

“அப்படியா, டைரக்டர் இப்போ வெளியே கிளம்புவாரு. என் பின்னாடியே வாங்க” எனக் கூறியபடி அவர் முன்னேசெல்ல, நான் பின்தொடர்ந்தேன்.

அலுவலக ஹால்.

என்னை அழைத்துச் சென்றவர், அங்கிருந்த ஒருவரிடம் “இவர் எனக்கு வேண்டியவர். இயக்குநரைப் பார்க்க வேண்டும். நான் சொன்னேன்னு அவர்கிட்ட அறிமுகப்படுத்துங்க.”

இவர் சொல்லவும், அலுவலக இன்சார்ஜ் தலையாட்டினார்.

அந்த வெள்ளை பேண்ட்–சட்டைக்காரரர், “தம்பி, இப்ப டைரக்டர் வருவாரு. பாத்துப் பேசிக்கோங்க. எனக்கு ஒரு அவசர வேலை இருக்கு, நான் கிளம்புறேன். ஆல் தி பெஸ்ட்” என்று சொல்லிவிட்டுச் சென்றார்.

காத்திருந்தேன். சற்று நேரத்தில் இயக்குநர் வெளியே வந்தார். படக்கென்று எழுந்து, பவ்யமாக வணக்கம் வைத்தேன். புருவம் சுருக்கி, அலுவலக இன்சார்ஜை இயக்குநர் பார்த்தார்.

“நேஷனல் செல்லையா சார், இவரை உங்ககிட்டே அறிமுகப்படுத்தச் சொன்னாரு” எனக் கூறினார்.

“என்ன விஷயம்?” இயக்குநர் கேட்டார்.

“சார், உங்ககிட்டே அஸிஸ்டென்டா சேர்ரதுக்காக”

எனது சிறுகதைகள், நாடகங்கள், அதன் நோட்டீஸ்கள் இத்யாதி அடங்கிய ஃபைலைக் காட்டி, கைகட்டி நின்றேன். ஃபைலை மேய்ந்தவர், இப்படி அன்பாகக் கூறினார்:

“தற்சமயம், என்னிடம் 12 உதவியாளர்கள் உள்ளனர். அவர்களில் யாராவது வேலையை விட்டுப் போனாங்கன்னா உங்களை அழைக்கிறேன். அதுவரை வெயிட் பண்ணுங்க” என்று கூறிவிட்டு காரில் ஏறிச் சென்றுவிட்டார்.

அவர்தான் காலஞ்சென்ற, எனது மதிப்பிற்குரிய இயக்குநர் திரு. இராம.நாராயணன்.

அதன்பின், பல இடங்களில் நான் உதவி இயக்குநர் ஆக வாய்ப்புக் கிடைத்து வேலைசெய்ய ஆரம்பித்துவிட்டேன். அதன்பின் எங்கு, எப்போது பார்த்தாலும் அன்று என்னிடம் அன்பாகப் பேசினாரே நேஷனல் செல்லையா, அவர்களுக்கு ஓடிச்சென்று வணக்கம் வைப்பேன்.

அவர் ஒரு சினிமா ஸ்டில் போட்டோகிராபர் என்பது ரொம்ப நாளைக்கு அப்புறம்தான் எனக்கே தெரிந்தது. அன்றிலிருந்து இன்றுவரை எல்லா சினிமா ஸ்டில் போட்டோகிராபர்ஸ்மீதும் ஒரு தனிமரியாதை உண்டு.

இதையெல்லாம்விட, என் மனதில் உற்சாக ஊற்று கிளம்பிய நாள் எது தெரியுமா?

பின்னாளில் ஒருநாள். என் படம் ஒன்றின் ஆடியோ வெளியீட்டு விழாவில், திரு.ராம.நாராயணன் அவர்கள் இப்படிப் பேசினார்:

"இயக்குநர் ஏ.வெங்கடேஷ் ஒரு மக்கள் இயக்குநர் ஆவார்."

மோதிரக் கையால் குட்டுப்பட்டது என்பதுபோல, 100 படங்களுக்குமேல் இயக்கிய அவர் சொன்ன அந்த சொல் என்றுமே மறக்க முடியாததாகும். அது, என்னைப் பொறுத்தவரையில் ஒரு ஆஸ்கர் விருது பெற்றதற்குச் சமம்.

சரி, அன்னிக்கு இராம.நாராயணன் சார்கிட்டே சேர முடியலைங்கிறதுக்கு அப்புறம் எனக்கு தேடுதல் இன்னும் வேகம்கூடியது.

அதுக்கப்புறம் ஜி.என்.ரங்கராஜன், கே.பாக்யராஜ், கே.ரங்கராஜ் போன்றவர்கள் மட்டுமல்ல; மேலும் பல புதிய இயக்குநர்களிடம் சான்ஸ் கேட்டு உதவி இயக்குநர் வேலை கிடைக்காதுபோனாலும், சோர்ந்துவிடாமல் எல்லா டைரக்டர்களின் ஆபீஸுக்கு சான்ஸ் தேடிப் போனேன். ஏறாத படிகள் இல்லை. தட்டாத கதவுகள் இல்லை.

* * *

‘டச்’லயே இருங்க

சினிமா கம்பெனிகள், டைரக்டர்ஸ் ஆபீஸ்கள் இப்படியெல்லாம் சான்ஸ் தேடிக்கொண்டிருந்த சமயம் அது.

அப்போது நான் வேலை செய்துகொண்டிருந்த ஹோட்டலில் உதவி இயக்குநர்கள், வளரும் கதாசிரியர்கள், இரண்டாம் நிலை நடிகர்கள் தங்குவது வழக்கம். இதுதவிர, புதுமுக இயக்குநர்கள் அங்கே ரூம்போட்டு கதை விவாதம் பண்ணுவதும் உண்டு.

அந்த ஹோட்டலில் ரிசப்ஷனிஸ்ட் என்றமுறையில் அவர்கள் எல்லோரும் என்னிடம் பழகுவார்கள்.

ஆனால், நான் அவர்களிடம் வாய்ப்போ அல்லது வாய்ப்புக்கான சிபாரிசோ கேட்ட தில்லை. ஏனென்றால், நான் சினிமாவுக்கு சான்ஸ் தேடுவது அவர்களுக்குத் தெரிந்தால், எங்கே அவர்கள்மூலமாக முதலாளிக்குத் தெரிந்து, இருக்கிற இந்த ரிசப்ஷனிஸ்ட் வேலை போய்விடுமோ என்ற பயம்.

இருக்கிற அதையும் மீறி, அங்கே தங்கியிருந்த ஒரு கதாசிரியரிடம் நான், “நான் நன்றாக கதை பண்ணுவேன். கதை சொல்லுவேன். என்னை உங்களிடம் அசிஸ்டென்டாக சேர்த்துக் கொள்வீர்களா?” எனக் கேட்டேன்.

அவர், “எனக்கு உதவியாளர் தேவை இல்லை. உங்களிடம் கதை இருந்தால் ஒன்று செய்யுங்கள். இயக்குநர் ஒருவர் தனது அடுத்த படத்துக்காக கதை கேட்டுக்கொண்டு இருக்கிறார். அவரிடம் போய்ச் சொல்லுங்கள்” என்றுகூறி, அந்த இயக்குநரின் அலுவலக முகவரியையும் கொடுத்தார்.

மறுநாள், அந்த இயக்குநரின் அலுவலகத்தில் அவரைச் சந்தித்தேன்.

"ரொம்ப சின்னப்பையனா இருக்கீங்க. கதை சொல்லிடுவீங்களா? இல்ல, எழுதிக் கொடுக்கிறீங்களா?" எனக் கேட்டார்.

"சொல்றேன் சார், அதான் எனக்கு லாவகமா வரும்" என்றேன்.

பள்ளி ஆரம்பித்து கல்லூரிவரை கதைசொன்ன அனுபவம் இருக்கிறதே, அது தந்த தைரியம்.

என்னை மேலும்கீழும் பார்த்த அந்த இயக்குநர் "நாளை காலை ஏழு மணிக்கு வாங்க" என்று சொல்லி என்னை அனுப்பினார்.

மறுநாள், சரியாக ஏழு மணி. அந்த இயக்குநர் அலுவலகத்தில் நுழைகிறேன். இயக்குநரையும் சேர்த்து ஏழுபேர் வட்டமாக அமர்ந்து இருக்கிறார்கள். எல்லோர் முகத்திலும் அனுபவ ரேகைகள். என்னைக் கூர்ந்துபார்த்த அவர்களிடம் அந்த இயக்குநர், "பையன் 'கான்ஃபிடென்ட்' ஆக இருக்கிறான். என்ன கதைன்னு கேட்டிடலாம்" என்று சொன்னார்.

என்னிடம் திரும்பி "தம்பி! இவ்வளவுபேர் முன்னாடி உங்களுக்குக் கதைசொல்ல ஒண்ணும் பிராபளம் இல்லையே"

"நோ பிராப்ளம் சார்" என்றேன்.

"ஆரம்பிங்க" என்றார்.

ஏறக்குறைய இரண்டு மணிநேரம் மூச்சுவிடாமல் கதையைச் சொல்லிமுடித்தேன்.

எல்லோரும் என்னை ஒருவித ஆச்சரியமாகப் பார்த்தார்கள்.

இயக்குநர், எனது தோளைத்தட்டி, "தம்பி, அருமையா கதை பண்ணிருக்கீங்க. இன்டிரஸ்டிங். ஆனா, யூத் ஹீரோ சப்ஜெக்ட் இது. நான் எடுக்கப்போற படம் மிடில்ஏஜ் ஹீரோவ வச்சு. அதனால இந்தக் கதை செட் ஆகாது. ஆனா, நீங்க சினிமாவுக்கு தொடர்ந்து டிரை பண்ணுங்க, நல்லா வருவீங்க." என்று கைகொடுத்து வாழ்த்தியனுப்பினார்.

அவர்தான் கல்யாணராமன், மீண்டும் கோகிலா, கடல்மீன்கள் போன்ற படங்களை எடுத்த இயக்குநர் ஜி.என்.ரங்கராஜன். எனது திறமைக்கு முதன்முதலாக உற்சாக ஊசி போட்டவர்.

அன்று, என் வாழ்க்கையில் நடந்த மேஜிக் இன்றும் என்னால் மறக்க முடியாதது.

இப்படித்தான், வாழ்க்கை ஒரு அதிசயமான ஒரு மேஜிக். அது செய்ற மேஜிக் நமக்குப் புரியாது. புரிஞ்சுதுக்கப்புறம் நின்னு நிதானமா யோசிச்சுப்பாத்தா அப்பா... அப்பப்பா...

எது நடந்தாலும் அதுக்கு ஒரு காரணம் இருக்குன்னு புரியும். அப்படித்தான், நான் பவித்திரன் அவர்களைச் சந்தித்ததும். சான்ஸ்தேடி போனபோது ஒரு கம்பெனியில் அஸிஸ்டென்ட் டைரக்டராகச் சேர்ந்தேன். அந்தப் படத்துக்கு அஸோஸியேட் டைரக்டர் பவித்திரன். ஒரு 'ஹலோ சார்'ரில் அறிமுகமாகி, நான்கு நாட்கள் பழகின எங்களுக்குள் நல்ல புரிதல் ஏற்பட்டது.

அந்த நான்கு நாட்களுக்குள் அப்படம் நிறுத்தப்பட்டது. ஆனால், எனக்கும் பவித்திரனுக்குமான நட்பு தொடர்ந்தது. இருவரும் யுனைடெட் இன்டியா காலனி மற்றும் கோடம்பாக்கம் சந்துபொந்துகளில் உள்ள கம்பெனிகளுக்கெல்லாம் சென்றோம். பவித்திரன் அவர்கள் திரைக்கதை எழுதி இயக்க, நான் கதை வசனம் எழுத, உதவியாளராக இருப்பதுதான் அப்போதைய திட்டம்.

அலைந்தோம், திரிந்தோம். அப்போது ஒரு கம்பெனிக்குப் போனோம். அந்தக் கம்பெனி, அந்தசமயம் சிவகுமார்–அம்பிகாவை வைத்து ஒரு படம் எடுத்துக்கொண்டு இருந்தார்கள். அந்தப் படம் ரிலீஸ் ஆனதும், அடுத்த படம் ஆரம்பிக்க கதை கேட்டுக்கொண்டு இருக்கிறார்கள் எனத் தெரிந்து சென்றோம்.

அப்படியே சந்தித்தோம். அந்த இயக்குநர் கதை கேட்டார்.

கதை கேட்டதும், "நீங்கள் சொன்ன கதை மோகனுக்குப் பொருந்தும். நான் விஜயகாந்துக்காக கதை எதிர்பார்க்கிறேன்" என்றார்.

நானும் விடாமல் அதற்கேற்ப கதை சொன்னேன்.

அதைக்கேட்டவர், அடுத்து தன் மகனையே ஒரு ஹீரோவாக்க விரும்புவதாகவும் அதற்கேற்ப புதுக்கதை வேண்டும் என்றார். அதைச் சொல்ல நினைக்கும்போது பவித்திரன் சட்டையை இழுத்து நிறுத்தச் சொன்னார்.

'போதும் பிறகு பார்க்கலாம்' என்றார்.

வெளியே வந்ததும் 'ஆளுக்கு ஆள் கதைகளை அள்ளியள்ளி விடுகிறாயே, அவர்தான் மாற்றி மாற்றிப் பேசுகிறார். இது சரிப்படும் என்று எனக்குப்படவில்லை' என்றார்.

சரி என்று வந்துவிட்டோம்.

இப்படி நிறைய நாட்கள் சுற்றினோம். சட்டென்று ஒருநாள் இது சரிப்பட்டுவராதென்று உணர்ந்தோம். மீண்டும், உதவியாளராகச் சேர இருவரும் திசைக்கொருவராகப் பிரிந்து தேட ஆரம்பித்தோம்.

பிறகு, நான் பவித்ரன் அவர்களை மறந்துவிட்டேன். இருப்பினும், அவருடன் பழகிய பல பசுமையான நினைவுகளை மறக்கவில்லை.

ஹோட்டல் வேலை, சான்ஸ் தேடுதல் என்று இப்படியே வாழ்க்கை போய்க்கொண்டிருந்தது. அப்போது என் அத்தான் திரு. ஐ.எஸ்.ஆறுமுகம் சென்னையில் இருந்தார். நான் அவரிடம் உதவி கேட்டுப் போனதில்லை. போகணும்னு தோணவில்லை. ஆனால், இன்னொரு அத்தான் சுந்தரம் (இவரைப்பற்றி தனியே எழுதுகிறேன்) அவர்களின் வற்புறுத்தலால்தான் போய்ச் சந்தித்தேன். காரணம், திரு ஐ.எஸ்.ஆறுமுகம் அவர்களும் பாரதிராஜா அவர்களும் நண்பர்கள். அந்த நம்பிக்கையில் உதவி இயக்குநராகச் சேரலாமே! என்ற நப்பாசையில் போய் நின்றேன்.

"பாரதி, எனக்கு பிரெண்ட்தான். இதுவரை நான் அவர்கிட்டே யாரையும் சிபாரிசு சொன்னதில்லை. வேணும்னா, அவரின் அஸிஸ்டென்ட்ஸ் நிறையப்பேர் படம் பண்றாங்க. அவங்க யார் கிட்டேயாவது சொல்றேன். அதுவரை 'டச்'லயே இரு" என்றார்.

"இந்த டச்லயே இருங்க" அப்படின்னு சினிமாவில சொல்றது கிட்டத்தட்ட ஒரு வழக்கமான வார்த்தைதான். ஆனா, சலிக்காம 'டச்'சில இருந்தோம்னா, நிச்சயம் பலன் உண்டு. நான் சுந்தரம் அத்தானுடன் சாயங்கால நேரம் சந்தித்து என் கதைகளைக் கூறி கருத்து கேட்டுக்கொண்டே இருந்தேன்.

அவருடன் டச்சிலே இருந்தேன். வாரம் முழுக்க ஹோட்டல் வேலை. மூன்று நாட்கள் பீச்சில மீட்டிங்ஸ். இப்படியே போனப்போ, ஒருநாள் நான் வேலைபார்த்த ஹோட்டல் போன் அடித்தது. எடுத்தேன்.

எதிர்முனையில், திரு.ஐ.எஸ்.ஆறுமுகம் அத்தான். எடுத்ததும் கேட்டார்:

"டேய், நீ 'கடலோரக் கவிதைகள்' பார்த்தாயா?"

"ம், ரெண்டு தடவை பார்த்தேன்!"

அந்தக் 'கடலைப்' பார்த்ததன் பலன் அன்னிக்குத் தெரிஞ்சது.

* * *

விக்னேஷ்வரனாகிய நான்...

திரு.ஐ.எஸ்.ஆறுமுகம் அவர்கள் கேட்ட அடுத்த கேள்வி,

"அந்தப் படத்துக்கு வசனம் யார் தெரியுமா?"

"தெரியும். டைட்டில்ல பார்த்தேன், மு.சோமசுந்தரேஸ்வரர்"

(ரெண்டாவதாக, நான் படத்தைப் பார்க்கிறப்போ கவனிச்சுவச்ச விஷயம்)

எதிர்முனையில், "குட்! அவர் இப்ப தனியா படம் பண்ணப்போறாரு. ஹோட்டல்ல டிஸ்கஷன் நடக்குது. போய்ப்பாரு. உன்னைப் பத்தி சொல்லியிருக்கிறேன்."

"சரிங்க அத்தான். ரொம்ப ரொம்ப தாங்ஸ்"

"இரு, இரு. நான் உன்னை சிபாரிசு பண்ணலே, அறிமுகம்தான் பண்றேன்! அவரை 'இம்பிரஸ்' பண்றது உன் பொறுப்பு."

"சரிங்க அத்தான்"

ரொம்ப நேரம் யோசிச்சேன்!

'சிபாரிசு', 'அறிமுகம்'. ஆமாம். இரண்டுக்குமே பெரிய வித்தியாசம் இருந்தது. "இவரை நீங்க எனக்காக கண்டிப்பாகச் சேர்த்துக்கணும் - இது சிபாரிசு. "இந்தப் பையன் திறமையானவன், உங்களுக்குப் பிடிச்சிருந்தா வேலைக்கு வச்சுக்கோங்க" - இது அறிமுகம்.

ஆக, ஐ.எஸ்.ஆறுமுகத்தின் அறிமுகத்தில் போகும் நான், அந்த இயக்குநர் சோமசுந்தரேஸ்வரரை எப்படி

இயக்கநர்: A.வெங்கடேஷ்

இம்ப்ரஸ் பண்றது? பொதுவாக, நாம் ஒரு புதுநபரைச் சந்திக்கப் போகும்போது, அவரை எப்படி இம்பிரஸ் பண்றது, என்று யோசிப்போம். அதற்கென்று பிரத்யேக ஆடை அணிவோம். முதல்நாளில் இருந்தே அந்தச் சந்திப்புக்கு நமக்குள் நாமே தயாராகிக் கொண்டிருப்போம்.

புதிய நபரைப் பார்த்தவுடன், முதலில் எப்படி விஷ் பண்ணுவது? எந்த வார்த்தையை முதலில் பிரயோகிப்பது? இப்படி எல்லாம் தயாராகித்தான் போவோம். நானும் போயிருக்கிறேன். ஆனால் அத்தனையும் வேஸ்ட். அப்படி தயாராகப் போகும் சந்திப்பெல்லாம் சம்பிரதாயமாக இருக்கும். வெறும் சாதாரண பேச்சளவிலேயே முடிந்துவிடும். சுருக்கமாகச் சொன்னால், பைசாவுக்குப் பிரயோஜனமில்லை. அதனாலே பிரத்தியேகமாக என்னை எந்தவிதத்திலும் தயார்ப்படுத்திக் கொள்ளவில்லை.

என் திறமையை நான் சந்திக்கப்போகும் இயக்குநர் தெரிந்துகொள்ளவேண்டும் என்பதற்காகவே, பத்திரிகைகளில் நான் எழுதி வெளிவந்த 'சிறுகதைகளின் தொகுப்பு', நான் போட்ட நாடகங்களின் நோட்டீஸ்கள், நான் எழுதிவைத்திருந்த திரைக்கதைகள் அனைத்தையும் ஒழுங்குபடுத்தி ஒரு ஃபைல் போட்டுக் கிளம்பினேன்.

மாரிஸ் ஓட்டல் – டாக்டர் ராதாகிருஷ்ணன் சாலையில் இருந்தது. அப்போது அது பெரிய ஓட்டல்களுள் ஒன்று.

ரிசப்ஷனிஸ்ட் சொல்லி லிப்டில் ஏறி 'காரிடாரில்' நடந்து ரூம்பெல்லை அழுத்தினேன். ஏனோ, அதுவரை காஷுவலாக இருந்த எனக்கு உடம்புக்குள் உதறல் எடுத்தது. கதவு திறந்தது. ஒருவர் எட்டிப் பார்த்தார்.

"யாருங்க?"

"டைரக்டர் சோமசுந்தரேஸ்வரர் சாரைப் பார்க்கணும்" என்றேன்.

"ஐ.எஸ்.ஆறுமுகம் சொல்லி வந்திருக்கீங்களோ?"

"ஆமாம்" என்றேன்

"உள்ளே வாங்க"

இப்போது குளிரூட்டப்பட்ட அந்த அறையில் ஒரு ஓரமாக அமர்ந்திருந்தேன்.

ஏற்கனவே அங்கு என்னை அமரவைத்த உதவி இயக்குநரோடு சேர்த்து இன்னும் மூன்று பேர் அங்கு இருந்தனர்.

"டைரக்டர் வர்றதுக்கு கொஞ்சம் நேரமாகும் உட்காருங்க" என்றுகூறி என்னை அமர வைத்தபின் அவர்கள் மறந்துவிட்டார்கள்.

அவர்களுக்குள் கதையை விவாதித்துக் கொண்டிருக்கிறார்கள். நான் வேடிக்கை பார்த்துக் கொண்டிருந்தேன்.

இடையில் காப்பி வந்தது.

"காப்பி சாப்பிடுகிறீர்களா பிரதர்?" எனக் கேட்டபடி எனக்கும் காபி கொடுத்தனர்.

பின்னர், அவர்கள் கதையை விவாதிக்கத் தொடங்கினார்கள்.

நான் காப்பியைக் குடித்துவிட்டு மீண்டும் அவர்கள் கதை விவாதத்தைப் பார்த்துக்கொண்டு இருக்கிறேன்.

அதுதான் எனக்கு முதல் அனுபவம்.

கதை விவாதத்தைப் பக்கத்திலிருந்து பார்க்கிறேன். நானும் கருத்துச் சொல்லலாமா? என உள்ளுணர்வு துடிக்கிறது.

"வேண்டாம். நீ அஸிஸ்டெண்டாச் சேந்துட்டியா, இல்லியான்னே தெரியல. அதுக்குள்ள ஏண்டா" என, என்னையே கட்டுப்படுத்திக்கொண்டேன்.

கிர்ர்ர்...

திடீரென்று, காலிங் பெல் சத்தம். 'டைரக்டர் வந்துட்டார்' என எல்லோரும் ஒருவிதப் பதட்டத்துடன் எழ, நானும் எழுந்தேன். உள்ளே நுழைந்தார் சோமசுந்தரேஸ்வரர்.

"குட் மார்னிங் சார்!" அனைவரும் கூற, நானும் "குட் மார்னிங் சார்...!" என்றேன். என்னை நோக்கித் திரும்பியவர், 'யார் இது, புதுசா?' என்பதுபோல் புருவம் சுருக்கினார்.

"ஐ.எஸ்.ஆறுமுகம் அனுப்பினார்னு உங்களைப் பார்க்க வந்திருக்கிறாரு" என்னை உள்ளே அழைத்து உட்காரவைத்த முதல்நிலை உதவியாளர் சொன்னதும், "நீங்க எந்த ஊரு?" என்றார். இயக்குநர் சோமசுந்தரேஸ்வரர்.

"தூத்துக்குடி"

"ம்ம்... திருநெல்வேலி மாவட்டம்தானே அது... வண்ணநிலவன் தெரியுமா?"

இயக்குநர்: A.வெங்கடேஷ்

"தெரியாது"

"அவர் ஒரு பெரிய இலக்கிய எழுத்தாளர்" பக்கத்திலிருந்த உதவியாளர் சொன்னார்.

"சாரி சார். நான் சுஜாதா, ராஜேஷ்குமார், பட்டுக்கோட்டை பிரபாகர் நாவல்கள் படிச்சிருக்கேன். இலக்கியத்தில் பெரிசா ஆர்வம் இல்ல" என்றேன்.

ஒரு மெல்லிய சிரிப்பு வெளிப்பட்டது அவரிடம்.

அவர்தான் சோமசுந்தரேஸ்வர் என்ற தன்பெயரை சினிமா இயக்கும்போது மு.ராஜேஸ்வர் என்று பெயரை மாற்றிக்கொண்டவர்.

"உட்காருங்க" என்றார்.

மெலிதான பிரேம்போட்ட கண்ணாடி. உதட்டோரத்தில் ஒரு சிறுபுன்னகை. ஒரு அறிவு ஜீவித்தனம். சற்றே பிரதாப்போத்தன் சாயலில் இருந்தார் இயக்குநர் மு.ராஜேஸ்வர் அவர்கள்.

அமர்ந்தேன். கையில் வைத்திருருந்த ஃபைலைத் தந்தேன். புரட்டிப் பார்த்தார்.

நாடக நோட்டீஸ்கள். "பரிசு பத்து லட்சம்", "நாலும் மூணும் எட்டு", "கோடிட்ட இடத்தை நிரப்பு", "சடுகுடு கல்யாணம்" இப்படியாக, பத்துவித டைட்டில்களைப் பார்த்தார். ஒரு புன்முறுவல்.

"சிறுகதைகள் எழுதி இருக்கீங்களோ?"

"சுமாரா சார்."

"இதுல, பெஸ்ட் சிறுகதை எதுன்னு நினைக்கிறீங்க?"

ஒன்றைச் சொன்னேன்.

"எங்கே, கதைக்கருவை சுருக்கமாச் சொல்லுங்க."

படபடவென்று இரண்டு நிமிடத்தில் சொன்னேன்.

"குட்! ஜாயின் பண்ணிடுங்க"

அதிர்ச்சியாயிட்டேன். இண்டர்வியூ ஓவரா? "என்ன?" யோசித்ததைப் பார்த்துக் கேட்டார்.

"இல்ல. எப்ப இருந்து ஜாயின் ஆகணும்னு..."

"இன்னிக்கே"

மீண்டும் அதிர்ச்சி. இப்போது நான் மு.ராஜேஸ்வர் என்ற புது இயக்குநரின் கடைசி உதவி இயக்குநர்.

அங்கு, ஏற்கனவே நாலைந்துபேர் இண்டர்வியூவில் என்னை முறைத்தபடியே அமர்ந்திருந்தனர். இப்போது அவர்கள் அருகே புதியவனாக நானும் அமர்ந்தேன். ஏதோ 'ஜந்து'வைப்போல் பார்த்தனர்.

அதில் கொஞ்சம் இயல்பாகத் தெரிந்தவரிடம் மெதுவாகக் கேட்டேன்.

"சார், உங்க பேரு?"

"விஜயகுமார்"

பதிலுக்கு அவர் கேட்டார்.

"உங்க பேரு?"

"விக்னேஷ்வர்"

(அப்போது நான் சினிமாவுக்கு வைத்திருந்த புனைப்பெயர் அது. பின்நாளில் நானே ஒரிஜினல் பெயரையே வெச்சுக்கிட்டேன்.)

இப்போது நான் மெதுவாக அவரிடம்,

"சார், படம் என்ன டைட்டில்?"

"இன்னும் வைக்கல!"

"ஹீரோ?"

"ஏன்? தெரிஞ்சாத்தான் ஒர்க் பண்ணுவீங்களோ?"

"இல்ல, சும்மா..."

"கார்த்திக்"

"ஆங்" (அதிர்ச்சியில் மூழ்க)

"கார்த்திக் சார்"

ஹைய்யா, ஒரு பெரிய நடிகன் படத்தில் உதவி இயக்குநராக நான்!

அந்தப் படம்தான் 'இதயத் தாமரை'

* * *

கண்ணாலே பார்

'நண்பன்' பட ஃபங்ஷன், விஜய் டி.வி–யில் நடந்த பிரம்மாண்ட ஷோ.

இயக்குநர் ஷங்கர் சார் உங்களை ஒரு நண்பனாக அறிமுகப்படுத்தினார்.

"நான் இயக்குநர் ஆகணும்னு பிரயத்தனப்பட்ட என்னுடைய இனிய நண்பன் இந்த ஏ.வெங்கடேஷ்" உங்களைப்பற்றி பெருமையாகச் சொன்னார். உண்மையிலேயே வெளியிடங்களுக்குப் போகும்போது, நிறையப்பேர் இதைப்பற்றி குறிப்பிட்டுக் கூறுவார்கள். சந்தோஷமாக இருக்கும்.

அதேசமயம் யோசித்துப்பார்த்தால், ஷங்கர் சாரிடம் இருந்து பாராட்டு வாங்குவது அவ்வளவு எளிதல்ல. அதிலும் ஒரு தொலைக்காட்சியில், என்னைப்பற்றி வெளிப்படையாகப் பாராட்டினார் என்றால் அது கொடுப்பினைதான். ஏனென்றால், ஒருமுறை 'சங்கர் முதல் ஷங்கர் வரை' என ஒரு தொடர் எழுதினார். அதில் என்னைப்பற்றி ஒரு வார்த்தைகூட இருக்காது. அதேபோல, இதுவரை என்னுடைய படங்களின் ஆடியோ வெளியீடு, படபூஜை, அது, இதுவென்று எதற்கும் அழைத்தது இல்லை. எப்போதாவது அத்திபூத்தாற்போல சந்தித்துக் கொள்வோம். அளவளாவுவோம். அவ்வளவுதான். மற்றபடி, நான் என் வேலையைப் பார்ப்பேன். அவர் அவர் வேலையைப் பார்ப்பார். அவர் இயக்குநராக நான் முயற்சி எடுத்தேன் என்பது உண்மைதான். ஆனால், அதற்கு எனக்குத் தூண்டுகோலாக இருந்தது அவரது உழைப்புத்தான்.

தவிர, கதை விவாதங்களில் அவரது 'டெக்னிக்கல் நாலேஜ்' (தொழில்நுட்ப அறிவை) பக்கத்தில் இருந்து பார்த்தவன். எனவே, இவர் இயக்குநராகி வெற்றிபெறுவார் எனக் கணித்து அவருக்காக, அவருடன் கம்பெனி கம்பெனியாக அவர் கதைசொல்ல அலைந்திருக்கிறேன். அவர் கதைசொல்லும் கம்பெனிகளில், வெளியே வரும்வரை காத்திருந்திருக்கிறேன்.

அப்படித்தான், அவரை திரு.கே.டி.குஞ்சுமோன் அவர்களுக்குக் கதைசொல்ல அனுப்பி வைத்தேன். போகத் தயாராகிய அவரை உற்சாகப்படுத்தி, நானே கே.டி.குஞ்சுமோன் மேனேஜர் திரு.பிரான்ஸிசிடம் பேசி, அப்பாயின்ட்மென்ட் வாங்கி, அவர் இயக்குநராக ஒரு கருவியாக இருந்தேன். ஏனென்றால், ஷங்கர் அவர்களின் தொழில்நுணுக்கம், அர்ப்பணிப்பு, உழைப்பு, இவைதான் காரணங்களாகும்.

இதற்கு ஒரு சம்பவம் சொல்கிறேன்.

"நாம, நம்ம வேலையை சரியா செஞ்சோம்னா, தப்பு எப்படி நடக்கும்?"

இது, இன்று உலகெங்கும் அறியப்பட்ட பிரம்மாண்ட இயக்குநர் ஷங்கர் சொன்னது. பின்னாளில், நான் உதவியாளராகவும் ஷங்கர் இணை இயக்குநராகவும் பணியாற்றியபோது அவர் இப்படிக் கூறுவார்:

உண்மையும்கூட.

ஒருமுறை, 'சூரியன்' படத்தில், போலீஸ் விசாரணை சம்பந்தப்பட்ட காட்சி.

மறுநாள் காலை 5 மணிக்கு டாப் சிலிப்பில் ஷூட்டிங். பொள்ளாச்சியில் மணீஸ் ஹோட்டலில் முதல்நாள் இரவு சாப்பிட அமர்ந்தோம்.

ஷங்கர் கேட்டார்: "நான் இன்னிக்கு எடுக்கப்போற காட்சிக்கான போலீஸ் டிரஸ் எல்லாம் ரெடிதானா வெங்கி?"

"ரெடி சார்"

"பாத்தீங்களா?"

"காஸ்டியூமரிடம் கேட்டேன்! ரெடின்னு சொன்னார்?"

"பார்த்தீங்களா?" சற்று அழுத்தமாகக் கேட்டார்.

"கேட்டேங்க. ரெடின்னு சொன்னார் காஸ்டியூமர்."

“எப்படிங்க பார்க்காமலே அவர் சொன்னாருன்னு நீங்களும் ரெடின்னு சொல்றீங்க?” கடுப்பாய்க் கேட்டார்.

“ஏங்க ரெடின்னு சொல்றாங்க, காட்டுங்கன்னு செக்கா பண்ணமுடியும்?”

“பண்ணனும்ங்க. அதுதான் நம்ம வேல. கிளம்புங்க”

சாப்பாட்டை அப்படியே மூடிவைத்துவிட்டுக் கிளம்பினோம். நாங்கள் தங்கியிருந்த ஹோட்டலிலிருந்து காஸ்ட்யூமர் தங்கியிருந்த ஹோட்டல் 2 கிலோமீட்டர் தூரம். ஆட்டோவில் போய் இறங்கி காஸ்டியூமர் ரூம் கதவைத் தட்டினோம்.

“என்ன சார்? 11 மணிக்கு?”

“நாளைக்குப் போலீஸ் காஸ்டியூம் ரெடியா?” ஷங்கர்.

“ரெடி சார்!” – காஸ்டியூமர்

“காட்டுங்க!” – ஷங்கர்.

“காட்டுங்களான்னா. நாளைக்குக் காலையில டிரெயின்ல வருது. சென்னையில இருந்து நம்ம அஸிஸ்டென்ட் எடுத்துட்டு வர்றான்!” காஸ்டியூமர்.

எனக்கு தூக்கிவாரிப் போட்டது.

“டிரெயின்ல வருதா? எந்த டிரெயின்?”

“புளூ மவுண்டன்ஸ்ல” காஸ்டியூமர்.

“சரி.” ஷங்கர் யோசித்தார்.

“டிரெயின் வந்துசேர்ந்து, காஸ்டியூம் கலெக்ட் பண்ணி, ஸ்பாட்டுக்குவர பத்து மணி ஆயிடும்பா. அஞ்சு மணிக்கு ஷூட்டிங்”

“அஞ்சு மணிக்கா? நாளை கொடுன்னு சொன்னாங்க. யாருமே 5 மணிக்கு கொடுன்னு சொல்லலியே”

ஷங்கர் என்னைத் திருப்பி முறைக்கிறார்.

வெலவெலத்துவிட்டேன். தப்பு என்னோடது, தெளிவாக வேலை செய்யவில்லை– தலைகுனிந்தேன்.

“என்ன பண்ணப்போற?” ஷங்கர் கேட்டார்.

வெட்கத்தால் பேச்சு வரவில்லை.

“இதான். எதையும் நேரில் பார்த்து செக் பண்ணணும்னு சொல்றது. போய்யா...” என்று அலுத்துக் கொண்டார்.

"சார், தப்பு என்னோடதுதான். ஆனா, நாளை அஞ்சு மணிக்கு போலீஸ் காஸ்டியூம் ரெடியாக இருக்கும்!"

போய்விட்டார்.

மறுநாள் – போலீஸ் காஸ்டியூம் போட்டு ஐந்து மணிக்கு ஷூட்டிங் ஆரம்பித்து ஜோராக நடந்தது. ஷங்கர் சொன்னபடியே சென்னையில் இருந்து போலீஸ் காஸ்டியூம் வந்துசேர மணி 10 ஆனது. ஆனால், அதற்குள் அந்தக் காட்சியை எடுத்து முடித்துவிட்டோம். ஷங்கர் கூப்பிட்டார்.

"எப்படி காஸ்டியூம் ரெடி பண்ணே?"

"வந்து சார், இந்த ஊர்ல இருக்கிற ஆறு வாட்ச்மேன்ஸ் காஸ்டியூமைக் கலெக்ட் பண்ணினேன். போலீஸ் ஸ்டார், பேட்ஜ், தொப்பி, எல்லாம் ஏற்கனவே காஸ்டியூமர் வைச்சிருந்தாங்க. ஒருவழியா சமாளிச்சுட்டோம்."

"குட். ஆனால் இனிமேல் எதையுமே..."

"கண்ணால் பாத்துத்தான் ஓ.கே. பண்ணுவேன்" என்றேன்.

மெலிதாய்ச் சிரித்தார் ஷங்கர்.

இப்படித்தான் நிறைய விஷயங்களை அவரிடம் இருந்து கற்றுக் கொண்டேன். அதனாலேயே அவர்மீது எனக்கு பிரமிப்பு. அவரது வேலையின்மீது அவருக்குள்ள அர்ப்பணிப்பு இதெல்லாம் அவர்மீது ஒரு மரியாதையை உண்டு பண்ணியது. அந்த மரியாதைதான், அவரை இயக்குநராக்கிப் பார்க்க வேண்டும் என்ற ஆசை எனக்குத் தூண்டியது.

அந்த ஆசைதான் 'நண்பன்' படவிழாவில் ஷங்கரை என்னைப்பற்றி பேசவைத்தது.

ஆக,

உழைப்பு... உயர்வு... உயர்ந்தவரெல்லாம் உழைத்தவரே!

* * *

இயக்குநர்: A.வெங்கடேஷ்

நடிகன்டா!

'**சூ**ப்பரா நடிச்சிட்டீங்க சிவாஜி.'

'சூரியன்' படத்துல போஸ்ட்மாஸ்டரா நடித்த என் கழுத்தில், சரத் சார் கத்திவைத்து மிரட்டும் காட்சியில் நான் நடித்து முடித்ததும், டைரக்டர் பவித்ரன் அடித்த கிண்டலான கமெண்ட் அது. ஆனால், பெரிய ஹீரோகூட நடிக்கிறோமே! என பயந்து பயந்து நான் நடிச்ச காட்சி அது.

இயல்பாகவே, அது பயப்படுகிற காட்சி என்பதால் எனக்குப் பாராட்டு கிடைத்தது.

அந்தக் காட்சி எடுக்குறதுக்கு முன்னாடி, படத்தோட அஸோஸியேட் ஷங்கர் சார்கிட்ட கேட்டேன்:

"அந்த போஸ்ட்மாஸ்டர் கேரக்டரை நான் நடிக்கட்டுமா?" எனக் கேட்டேன்.

'சரிய்யா...' என ஷங்கர் கூறினார். ஆனால் இயக்குநர் பவித்ரன்,

"இவனா! சே... சே... அதுக்கு சரிப்பட மாட்டான்" எனச் சாதாரணமாகக் கூறிவிட்டு, வேறு ஒருத்தரை போடச் சொல்லிவிட்டார்.

இதயத்தாமரை படத்தில் ஒரு காட்சி,

நியாயத்தராசு படத்தில் ஒரு காட்சி,

வசந்தகாலப் பறவை படத்தில் ஒரு காட்சி,

இப்படி, உதவி இயக்குநராகப் பணியாற்றிய படங்களில் ஒரு காட்சியில் நடித்ததெல்லாம்

எதேச்சையாக நடந்தது. ஆனால், இந்தப் போஸ்ட்மாஸ்டர் கேரக்டரில் நான் நடிக்கவே வேண்டாமுன்னு சொல்லிட்டாரே! என்று சற்று வேதனையுடன் ஷூட்டிங் வேலைகளைப் பார்த்துக் கொண்டிருந்தேன்.

ஷூட்டிங் ஸ்பாட்.

மாலை 7 மணி.

அந்த போஸ்ட் மாஸ்டர் கேரக்டருக்கு நடிக்க வேண்டியவருக்கு ஷங்கர் வசனம் சொல்லிக் கொண்டிருக்கிறார். வசனம் பேசவேண்டிய நடிகர் சொதப்பிக்கொண்டு இருக்கிறார். குறுக்கும் நெடுக்குமாக வேலைகள் பார்த்தபடி, ஓரக்கண்ணால் கவனித்து சிரித்துக்கொண்டேன்.

'நாங்கதான் சொன்னோமில்ல' என, உள்ளுக்குள் ஒரு எகத்தாளக் குரல்.

'வெங்கடேஷ், இங்க வாய்யா' என இயக்குநர் பவித்ரன் கூப்பிட, அவரிடம் போனேன்.

எதிர்பார்த்ததுபோல 'யோவ், அந்த ஆர்ட்டிஸ்ட் சொதப்பிடறான். நீயே பண்ணிடு'

பக்கத்தில் ஷங்கரும், சரத்சாரும் இருக்க, "சாரி, நான் மனத்தளவில் ரெடியாகல்ல. நடுவிலே முயன்றால்..."

"யோவ்! சரத் சார் ரெடி. கூட நடிக்கிற ஆர்ட்டிஸ்ட் சொதப்பினா சீன் நல்லா வராது. நடிய்யா"

"அதுக்கு நான் சரிப்பட மாட்டேன்னு சொன்னீங்களே"

"தெரியாம சொல்லிட்டேன்யா. இப்ப, சரத் சாரே நீன்னா சரின்னு சொல்லிட்டாரு. போய்யா, நீ இருப்பேன்றாரு. போயி டிரஸ்ஸப் போடு"

"போங்க பாஸ்" சரத் சார் வற்புறுத்தினார்.

நான் ஷங்கர்கிட்டே கேட்டேன். "சார், சீன்ல எனக்கு ஒரு பன்ச் இல்லையே!"

"யோவ்! ஓவரா பண்ற" என்றார் ஷங்கர்.

"இல்ல சார். நான் நடிக்கிறப்போ, பஞ்ச் இருந்தா பளிச்சுன்னு தெரியுமே" யோசித்தார் ஷங்கர்.

இயக்குநர்: A.வெங்கடேஷ்

"சரி, சரத் சார் கத்தியைவச்சதும் நீ கத்து. அவர், கத்தினா குத்துவேன்னு சொல்லட்டும். நீ குத்தினா கத்துவேன்னு சொல்லு. பஞ்ச் ஓ.கே.வா?"

"ஓ.கே. ஆனா டைரக்டர் ஒத்துக்குணுமே"

பவித்ரன் சார்கிட்டே ஷங்கர் சார் சொல்ல, யோசித்தார்.

எனக்கு திக்... திக்... என்கிறது.

"வேண்டாம்னு சொல்லிடுவாரோ" யோசித்தவர், சரி என்றார்.

நடித்து முடித்ததும் ஒரே பாராட்டு.

இதேமாதிரி ஜென்டில்மேன்ல அர்ஜுனும், கவுண்டமணியும் அப்பளம் விற்க ஒரு கடைக்கு வருவார்கள். அந்தக் கடை ஓனர் அவர்களைக் கடுப்பாக விரட்டியடிப்பது போன்ற ஒரு காட்சி.

"வெங்கி, நீயே பண்ணிடு"

"வேணாம் சார். அந்தக்காட்சி படம் நீளம்னு கருதி, நாளைக்கு எடிட்டிங்கில் கட் ஆகுறதுக்கு வாய்ப்பு இருக்கு. வேறு யாராவது நடிக்கவைங்க."

"யோவ், அதெல்லாம் ஆகாது நடிய்யா"

நடித்தேன்.

"சார், தத்ரூபமா இருந்துச்சு" உதவி இயக்குநர் பாலன்.

"தாங்க்ஸ் பாலன்" என நன்றி கூறினேன்.

ஃபைனல் எடிட்டிங்ஸ்.

முதலில் நான் நடித்த காட்சிதான் எடிட்டிங்கில் கட் ஆகிறது. வருத்தமுடன் வெளியே வர்றேன்.

"என்ன சார், ஃபீலிங்ஸ்ஸா?"

"சே, சே! நான் அன்னிக்கே நினைச்சேன், அதன்படிதான் கட் ஆயிடுச்சு. அதான் யோசிக்கிறேன்"

"நீங்க நடிச்ச சீன் போயிடுச்சேன்னு ஃபீல் பண்றீங்களான்னு நினைச்சேன்" என்றார் பாலன்.

"ச்ச்... நானே நடிச்சு டைரக்சன் பண்ணனும்னுதான் வந்தேன். ஆனா, சினிமா தெரிஞ்சபிறகு இனி, ஒன்லி டைரக்சன்தான்னு முடிவு பண்ணியாச்சு"

"இல்ல சார் உங்களுக்குள் ஒரு நடிகன் இருக்கிறான். அவன் வெளியே வருவான் பாருங்க"

சொன்னது உதவி இயக்குநர் பாலன்.

அவர் சொன்னது 'அங்காடித் தெரு' படத்தில் நடந்தது. அந்த பாலன்தான், இன்னிக்கு இயக்குநர் வசந்தபாலன். என்னை ஒரு நடிகனாக மாற்றியது வசந்தபாலன்தான். ஆனால், எனக்கு நடிப்பது கஷ்டமாக இல்லை. ஏனென்றால், நான் தூத்துக்குடியில் வ.உ.சி. கல்லூரியில் படிக்கும்போதே நிறைய நாடகங்களை எழுதி, நடித்து, இயக்கியிருக்கிறேன். அதற்குப் பரிசுகள் மற்றும் பாராட்டுதல்கள் வாங்கி இருக்கிறேன்.

ஒவ்வொரு வருடமும் எங்கள் ஏரியாவில் உள்ள காளியப்பன் தெருவிலும், நாட்டுக் கோட்டைத் தெருவிலும் பெரியளவில் இன்னிசைக் கச்சேரி நடக்கும். அந்த மிகப்பெரிய திருவிழாக்களில், எனக்கு நாடகம் போட வாய்ப்புக் கிடைத்தது. அதைத் தொடர்ந்து அருப்புக் கோட்டைவரை இருபதுக்கும் மேற்பட்ட நாடகங்கள் போட்டேன்.

நான் நாடகத்தில் பிரபலமாக இருந்தபோது புரட்சித்திலகம், டைரக்டர் பாக்யராஜ் சாரின் 'விடியும்வரை காத்திரு', 'இன்றுபோய் நாளை வா', 'மௌனகீதங்கள்', 'அந்த ஏழு நாட்கள்' போன்ற படங்கள் சூப்பர்டூப்பர் ஹிட்டாகி ஓடிக்கொண்டிருந்தன.

அவர் படங்களைப் பார்த்து, நான் கதைசொல்லும் விதத்தைச் சரிசெய்வேன். அதுமட்டுமல்லாமல், பாக்யராஜ் சாரைப்போலவே, கண்ணாடி (ஸ்பெக்ஸ்) அணியும் பழக்கம் எனக்குண்டு. உடல்வாகும், நடையும் கிட்டத்தட்ட அவரைப்போலவே கொஞ்சம் ஒடிசலாக எனக்கும் இருந்ததால், அவரைப்போலவே நாடகங்களில் நடிக்கத் தொடங்கினேன். அவரை இமிடேட் செய்து நாடகங்களில் நடிக்க ஆரம்பித்ததிலிருந்து என்னை 'பாக்யராஜ்' என்றே கூப்பிட ஆரம்பித்தார்கள்.

அதுமட்டுமல்லாமல், என்னுடைய 20 நாடகங்களிலும் பெண் வேடமே கிடையாது.

எனவே, பாக்யராஜ் சாரை இமிடேட் செய்து நடித்ததாலும், பெண் கதாபாத்திரங்களே இல்லாத, சோகக்காட்சியே இல்லாத முழுநீள நகைச்சுவை நாடகம் என்பதாலும், என் நாடகங்களுக்கு பெரியளவில் வரவேற்பு கிடைத்தது. இந்தத் தாக்கங்களினால்

இயக்குநர்: A.வெங்கடேஷ்

நான் சினிமாவுக்கு வரும்போதே கதை, திரைக்கதை, வசனம் எழுதி பாக்யராஜ்போல ஹீரோவாகவும் நடித்து, படங்களை இயக்கவேண்டும் என்பதுதான் ஆசை.

ஆனால், சினிமாவில்சேர பட்ட கஷ்டங்களையும், சேர்ந்தபிறகு பட்ட கஷ்டங்களிலும் உருவம் மாறியது–உணர்வும் மாறியது.

"வேண்டாம். நாம் இயக்கத்தில் மட்டும் கவனம் செலுத்தினால் போதும். நடித்து இயக்குகிறேன் என்று இறங்குவது இப்போதைய சூழலுக்குச் சரியாக வராது என முடிவுசெய்து இயக்கத்தில் மட்டுமே கவனம் செலுத்தினேன்.

ஆனால், காலம் என்னை இயக்குநர் வசந்தபாலன் மூலமாக நடிகன் ஆக்கியது.

* * *

உழைப்பு

"யோவ்! என்னய்யா, இப்பவந்து முடியாதுன்னு சொல்றீங்க? சே..."

இயக்குனர் பவித்ரன் கத்தினார்.

படப்பிடிப்பு ஊட்டியில் நடந்து கொண்டிருந்தது. படம். 'வசந்தகாலப் பறவை. ஒரு பாடலில் பழையகால மாடலில், மஞ்சள்நிறக் காரில், கதாநாயகி-கதாநாயகன் வருவதுபோல் இயக்குனர் கற்பனை செய்துவைத்திருந்த காட்சி. ஆனால், அன்றைக்குக் காலையில் அந்தக் காரின் ஓனர் கார் தர மறுத்துவிட்டார். அதனால்தான் இயக்குனர் அப்படிக் கத்தினார்.

படத்தயாரிப்பு நிர்வாகி ஜெயசீலன் நகம் கடித்தபடி நிற்கிறார்.

"இல்ல சார்... வேற ஒரு ஷூட்டிங்குக்கு காரைக் கொண்டுபோனவங்க, அதிலே ஒரு ஸ்கிராட்ச் பண்ணிட்டாங்களாம். கார் ஓனருக்குத் தெரியாம அவரது மேனேஜரை 'செட்' பண்ணி எடுத்துட்டுப் போனோம். நேத்து திடீர்னு சென்னையிலிருந்து வந்த ஓனருக்கு விஷயம் தெரிஞ்சிடுச்சு. இப்ப தரமாட்டேன்னு அடம் பிடிக்கிறார்"

ஊட்டி ஷூட்டிங்குக்கு உதவிசெய்யும் உள்ளூர் மேனேஜர் லாரன்ஸ் கையைப் பிசைந்தபடி கூறுகிறார்.

"எனக்குக் காரணம் தேவையில்லை. கார்தான் வேணும்"

இயக்குநர்: A.வெங்கடேஷ்

மீண்டும் கத்தின இயக்குநரின் பார்வை, அருகில் நின்றுகொண்டிருந்த என்மீது பட்டது.

"வெங்கடேஷ்... இங்கே வாய்யா"

"சார்!" அருகில் சென்றேன்.

"என்ன செய்வியோ தெரியாது. ரெண்டு மணிநேரம் டயம் தர்றேன். ஜெயசீலனைக் கூட்டிட்டுப் போ. அந்தக் காரோட ஓனரை சமாதானப்படுத்தி, காரை எடுத்துக்கிட்டு வா. உன்னால் முடியும்" என்றார்.

இந்த 'உன்னால் முடியும்' என்ற வார்த்தைகள் என்னை உசுப்பேற்றியது.

"என்ன? முடியும்ல..."

"முடியும் சார்!" வீறாப்பாகக் கூறிவிட்டு, ஜெயசீலனைக் கூட்டிக்கொண்டு கிளம்பினேன்.

"சார், போறது வேஸ்ட். நீங்க கால்ல விழுந்து கேட்டாலும் அந்த ஓனர் காரைத் தரமாட்டான்" லோக்கல் மேனேஜர் லாரன்ஸ் இப்படிச்சொல்லி வழியனுப்பினார்.

போகும்வழியில் ஜெயசீலன் கேட்டார்:

"ஏண்டா, டைரக்டர்கிட்ட நல்ல பேர் வாங்கணும்னு கிளம்பி வந்துட்ட. எப்படிறா அந்த ஓனர்கிட்டே கார் வாங்கப்போற?"

நான் கூலாய்ச் சொன்னேன்:

"ஊட்டி மேனேஜர் சொன்னமாதிரி அந்த காரோடே ஓனர் காலில் விழப்போறேன்." சொன்ன மாதிரியே நெடுஞ் சாண்கிடையாக அந்த கார் ஓனர் காலில் விழுந்தேன்.

"ஹலோ எந்திரிங்க. கால்ல போய் விழுந்துக்கிட்டு"

என்னைத் தோளில் கைவைத்துத் தூக்கினார் அந்தக் காரின் ஓனர்.

"உங்க பழைய கார் ஒரு ஷாட் எடுக்க தேவைப்படுது. இந்த ஊட்டியிலேயே, உங்ககிட்டத்தான் அது மாதிரி பழைய கார் இருக்கு. கொஞ்சம் கொடுத்து உதவுங்க சார் ப்ளீஸ்" கெஞ்சினேன்.

"ப்ச்... இந்த சினிமாக்காரங்களே இப்படித்தான் கெஞ்சி வாங்கிட்டுப் போவீங்க. அப்புறம் டேமேஜ் ஆக்கிக் கொண்டுவந்து

கொடுப்பீங்க. வேணாம் சார், கிளம்புங்க" கறாராய்ச் சொன்னார் அந்த ஓனர்.

"சார், காரை வாங்கிக்கிட்டு வந்தாதான் நீ என்கிட்ட அஸிஸ்டென்டா இருக்கலாம். இல்ல, வேலையைவிட்டு அனுப்பிடுவேன்னு எங்க டைரக்டர் ஸ்டிரிக்ட்டா சொல்லிட்டாரு."

"அதனாலே"

"நீங்க கார் தந்தா, நானே கொண்டுபோய் ஷாட் எடுக்கிறவரை கூட இருந்து பத்திரமா திருப்பிக் கொண்டுவந்து தர்றேன் சார்"

யோசித்தார்.

"வேணும்னா உங்க காரை சூட்டிங்குக்குக் கொண்டுபோயிட்டு திருப்பிக் கொண்டுவர்ற வரைக்கும் நாங்க வந்த கார் இங்கேயே நிக்கட்டும். உங்க கார்ல சின்ன டேமேஜ் ஆனாலும் அந்த ரிப்பேருக்கான பணத்தைக் கொடுத்துடுறோம். நம்புங்க சார்"

கிட்டத்தட்ட அழாத குறையாகக் கேட்டேன்.

கார் ஓனர், லேசாக மனசு இளகுவதுபோலத் தோன்றியது.

"ஒரு வளரும் கலைஞனோட வேலைவாய்ப்பு சார்!" கண்கள்மின்ன நான் கேட்டது அவர் மனசைப் பாதித்திருக்கவேண்டும்.

"தம்பி, நீங்க நடிக்கிறீங்களோ, நிஜமா கேக்கறீங்களோ, தெரியாது. ஆனா, காரை வாங்கிட்டுப் போகணும்னு என் காலில் விழுந்து கெஞ்சினீங்களே, அந்தத் தொழில் ஈடுபாடு பிடிச்சிருக்கு. சரி, காரை எடுத்துட்டுப் போங்க. அது என் குழந்தைமாதிரி. உங்க பொறுப்பு"

காரை கொடுத்தனுப்பினார்.

காரோடு ஸ்பாட்டில் போய் இறங்கியபோது, இயக்குநர் உட்பட யூனிட்டே கை தட்டியது.

வராது என நினைத்த கார், வந்த சந்தோஷம் அவர்களுக்கு.

சூட்டிங் முழுக்க கார் சம்பந்தப்பட்ட ஷாட்டுகள் எடுத்து முடியும்வரை கார் பக்கத்திலேயே, காருக்கு எதுவும் டேமேஜ் ஆயிடக்கூடாது என்று அதன் அருகிலேயே நின்றிருந்தேன். அப்போது, என் காதருகே கிசுகிசுப்பாக ஒரு குரல்.

"அந்தாளு கார் தரவே மாட்டேன்னு சொன்ன ஆளாச்சே. எப்படி வாங்கினீங்க?"

கேட்டது, லோக்கல் மேனேஜர் லாரன்ஸ்.

உண்மையைச் சொன்னேன். சிரித்தபடி சொன்னேன். ஒருவழியாக ஷூட்டிங் முடிந்தது.

காரை பத்திரமாக ஒப்படைக்க மேனேஜர் ஜெயசீலனை அழைத்துக்கொண்டு காரின் ஓனர் வீட்டுக்குச் சென்றேன்.

"தம்பி, சொன்னமாதிரி காரை பத்திரமா ஒப்படைச்ச முதல் சினிமாக்காரன் நீங்கதான். காரை எடுத்துட்டுப்போக ஒருத்தர் வருவாரு. விடறதுக்கு இன்னொருத்தர் வருவாரு. நீங்க மட்டும்தான் நேர்மையாக நடந்துக்கிட்டீங்க. நல்லா வரணும் நீங்க"

வாழ்த்தி அனுப்பினார்.

வெளியே வந்ததும், "சூப்பர்ப்பா. ஆனா, இனிமேல்தான் உனக்கு ரிஸ்க்கான வேலைகள் இயக்குநரிடமிருந்து நிறைய வரும்" ஜெயசீலன் சொன்னார். சொன்னபடியே நடந்தது அது.

"நைட் 9 மணிக்கு அரிக்கேன் விளக்கு 75 வேணும். வெங்கடேசு உன் பொறுப்பு"

அப்போ, 6 மணி. மாலை 6:30 மணி ஆனது.

"இந்த நேரத்துல போயி ரெடி பண்ணி 9 மணிக்குள்ள"

இந்தமாதிரி வேலைகளுக்கென்றே ஒதுக்கப்பட்ட ஆர்ட் டிபார்ட்மென்ட் அஸிஸ்டென்ட் கையைப் பிசைகிறார். இந்த ஏரியாவுக்குள் போவோம். கடை, வீடுன்னு கலெக்ட் பண்ணுவோம். 8:30 மணிக்கு இந்த இடத்திலே சந்திப்போம். கைகுலுக்கி விடைபெற்றுக் கிளம்பினேன்.

ஏறாத இடமில்லை, கெஞ்சாத ஆளில்லை. ஓடி ஓடி சேகரிக்கிறோம் வாடகை. கூடவே வைப்புப் பணம். கொடுத்துத்தான். இப்படியே நேரம் ஓட, மணி 8:30. சேகரித்ததோ இருபது அரிக்கேன் விளக்குகள்தான்.

ஆர்ட் அஸிஸ்டென்ட் வந்தார்.

"பதினஞ்சுதான் தேறுச்சு" என்றார்.

"இருபத்தஞ்சு இருக்கே. மொத்தம் முப்பத்தஞ்சு தேறுச்சு"

ஊட்டியில, இந்தக் குளிர்ல வியர்க்க வியர்க்க சுத்தினோமே, அதுக்குப் பலனுண்டு.

"வாங்க சாப்பாட்டுக்குப் போகலாம்"

மொத்த அரிக்கேன் விளக்குகளுடன் ஸ்பாட்டுக்குப்போய் இறங்கினோம்.

"ஏன்யா எழுபத்தஞ்சு கேட்டா, முப்பத்தஞ்சு கொண்டு வந்திருக்கே? இதுக்குத்தான் பொறுப்பை உன்கிட்ட ஒப்படைச்சேன். போய்யா சே!" இயக்குநர் கத்துவார் என எண்ணினால்...

மொத்த யூனிட்டும் கைதட்டுகிறது. திகைத்துப் பார்க்கிறேன்.

"யோவ், தேவையே முப்பதுதான். எழுபத்தஞ்சுன்னு சொன்னா எப்படியும் பாதியாவது கலெக்ட் பண்ணிட்டு வருவீங்க. அதனாலே முப்பத்தஞ்சை 9 மணிக்கு வெங்கடேஷ் கொண்டுவருவார் பாருங்கன்னு சொன்னேன். கரெக்டா நான் சொன்னமாதிரி முப்பத்தஞ்சு விளக்கோட வந்தீங்களா, அதான் கைதட்டல், வரவேற்பு" என்றார்.

என் கண்ணிலே தண்ணீர். நிஜமா உழைச்சா அதுக்கு எவ்வளவு மரியாதை! மனசு நினைத்தது. இன்றுவரை அதையே கடைப்பிடிக்கிறேன். என் அஸிஸ்டென்ட்களுக்கும் அதையே சொல்வேன். கடுமையாக உழையுங்கள். அதன் பரிசு நமக்குத் தெரியாமலே எதிர்பாராமல், எங்கேயோ நம் வருகைக்காகக் காத்துக்கொண்டு இருக்கும்.

ஊட்டி சூட்டிங் உணர்த்திய பாடம் இது. படம் வசந்தகாலப் பறவை. இயக்குநர் பவித்திரன்.

* * *

இயக்குநர்: A.வெங்கடேஷ்

மகாபிரபு

"எனக்கு எப்ப வேணும்ன்னா ஹீரோ வாய்ப்பு வரலாம். அதுக்காக, நாம தயாராக இருக்கணும் இல்லையா?"

இப்படி, தன் உடம்பை எக்ஸர்ஸைஸ்மூலம் கட்டுக்கோப்பாக வைத்தபடி கதாநாயகன் வாய்ப்புத்தேடும் காலங்களில், புரட்சித்தலைவர் எம்.ஜி.ஆர். அவர்கள் தன் நண்பன் ஒருவனிடம் சொன்னதாக ஒரு செவிவழிச் செய்தி கேள்விப்பட்டிருக்கிறேன்.

அதேபோல, நான் அர்ஜுன் அவர்களுடன் 'வாத்தியார்' திரைப்படத்தின் கதை விவாதங்களின்போது தினசரி ஜிம்முக்குச் சென்று 'மாங்கு மாங்கு' என அவர் எக்ஸர்ஸைஸ் செய்வதைப் பார்த்திருக்கிறேன்.

"சார், பயங்கர ஸ்ட்ரெயின் பண்றீங்க. பாடியை மெயின்டெயின் பண்றதுக்கு" என்பேன்.

"எனக்குப் பலம் இந்த 'ஃபிட்' ஆன பாடி. இதை வச்சுத்தான் நான் ஹீரோவானேன். அதை எப்பவும் 'ஃபிட்'டாக வச்சிருக்க வேணாமா?"

எப்போதும், அர்ஜுன் அவர்கள் ஒரு மிலிடரிமேன் மாதிரி தயார்நிலையில் இருப்பார். உண்மைதான். நாம் எதற்குத் தயாராக வேண்டுமோ, அதற்கு ரெடியாக இருக்கவேண்டும் என்பது 100% உண்மை.

இயக்குநராக நான் தயார்நிலையில் கதை பண்ணி வைத்துவிட்டேன். ஆனால், 'ஜென்டில்மேன்' ஹிட் கொடுத்த வசதியில், நல்ல வசதியான சூழலில் நான்

அஸோஸியேட்டாக வேலை செய்துகொண்டு இருந்தபோது ஒருநாள்,

"சார், உங்களைப் பார்க்க ஒருத்தர் வெளியே காரில் வெயிட் பண்ணிட்டு இருக்காரு"

'காதலன்' படப்பிடிப்பு. மகாபலிபுரத்தில் செட் போடப்பட்டு நடந்துகொண்டிருந்தது. அப்போதுதான் தயாரிப்பு உதவியாளர் வந்து இப்படிக் கூறினார்.

'நம்மளைப் பார்க்க ஒருத்தர் 'வெயிட்' பண்றாரா? குழப்பத்துடன் வந்தேன். வெளியே வந்தால் 'சூரியன்', 'வசந்தகாலப் பறவை' படங்களின் புரொடக்சன் எக்ஸிகியூட்டிவ் ஜெயசீலன் சிரித்தபடி நின்றிருந்தார்.

"சொல்லுங்க ஜெய்"

"கை கொடுங்க. டைரக்டர் ஆகப் போறீங்க." தூக்கிவாரிப் போட்டது.

"என்னது, டைரக்டரா!"

"ஆமாம். 'ஐ லவ் இண்டியா' படம் எடுத்த புரொடியூஸர் ஜி.கே.ரெட்டி தெரியுமா?"

"தெரியும்"

"அவரு இப்போ இன்னொரு படம் எடுக்கப் போறாரு. சரத்குமார் சாரைத்தான் ஹீரோவா புக் பண்ணியிருக்காரு."

"சரி"

"சரத் சார் உன்னை ரெகமெண்ட் பண்ணியிருக்கிறாரு. உங்ககிட்ட கதை இருக்கா?"

"கதை, திரைக்கதையோட ரெடியா இருக்கு. ஆனா?" இழுத்தபடி யோசித்தேன்.

"என்ன யோசிக்கிறீங்க?"

"இல்ல இப்பவே டைரக்ட் பண்ணணுமா? இப்பத்தான் அஸோஸியேட் டைரக்டர் ஆகி 'ஜென்டில்மேன்' ஹிட் கொடுத்து, நல்ல சம்பளம் வசதியோட இரண்டாவது படம் வேலை பார்த்துக்கிட்டு இருக்கேன். அதுக்குள்ளே..." நான் இழுக்க,

"இங்க பாரு! வசதிக்கு ஆசைப்பட்டு, வர்ற வாய்ப்பை விட்டுவிடாதே. சினிமா ஹிட் படத்திலே வேலைசெய்ற அசிஸ்டென்ட் டைரக்டர்களுக்குத்தான் மரியாதை. அந்த

மரியாதை உங்க டீம்ல இருக்கு. அதிலே நீ அஸோஸியேட்ங்கிறதால் இந்த வாய்ப்பு வருது. உபயோகப் படுத்துறதும், வேண்டாம்கிறதும் உன் இஷ்டம்."

அவர் இப்படிக் கூறியதும் மீண்டும் யோசித்தேன்.

இந்த இடத்தில் தயாரிப்பாளர் ஜி.கே.ரெட்டியைப்பற்றி சொல்லியே ஆகணும். இவர் அன்றைய முன்னணி தயாரிப்பாளர்களில் ஒருவர். இன்றைய முன்னணி ஹீரோ விஷாலின் அப்பா. இவரது மூத்தமகன் பெயர் விக்ரம். இந்த விக்ரமை 'அஜய்' என்றபெயரில் அறிமுகப்படுத்தி, 'பூப்பறிக்க வருகிறோம்' என்று ஒரு படம் இயக்கினேன். நடிகர்திலகம் சிவாஜிகணேசன் அதில் ஒரு முக்கிய வேடத்தில் நடித்தார். உண்மையில், அதுதான் அவரது கடைசிப்படம் எனச் சொல்லாதது ஏன் என்றே தெரியவில்லை.

சரி, விஷயத்துக்கு வருகிறேன்.

"முதல் படத்தை இயக்க வாய்ப்பு தேடி வந்திருக்கு. என்ன சொல்ற? யெஸ் ஆர் நோ?"

தயாரிப்பு நிர்வாகி ஜெயசீலன் அவருக்கு உரிய ஸ்டைலில் கேட்டதும், நான் ஒரு முடிவோடு கூறினேன்.

"எனக்கு இன்னிக்கு ஒருநாள் டைம் கொடுங்க ஜெயசீலன். நாளைக்குச் சொல்றேன்."

"நாளைக்கு இதே டைம் வர்றேன். யோசிச்சு வை." என்று சொல்லிவிட்டு ஜெயசீலன் காரில் சென்றுவிட்டார்.

அன்றைய படப்பிடிப்பில் ஒருவித படபடப்போடு வேலைகளைச் செய்து முடித்தேன். யாரிடமாவது டிஸ்கஷன் செய்யலாம்னா, டைரக்டர் காதுக்குப் போயி தேவையில்லாத பிரச்னையாகி இருக்கிற, அதுவும் பாக்குற 'அஸோஸியேட் டைரக்டர்' வேலை போச்சுன்னா? யோசித்துக் குழம்பினேன்.

ஒருவழியாக, அன்றைய படப்பிடிப்பு முழுவதும் குழப்பம் மனதில் ஓடினாலும், தெளிவாக அன்றைய எனது ஷூட்டிங் முடிந்ததும் பேக்அப் ஆனது.

அன்று இரவு எனக்குள் ஒரு பொறி.

'ஏன் நம்ம டைரக்டர் ஷங்கர் சாரிடம் இதுபற்றி விவாதித்தால் என்ன?'

அவரிடம் நடந்ததைக் கூறினேன்.

“யோவ்... இதுக்குப் போயி ஏன் தயங்குற. நல்ல வாய்ப்பு வந்திருக்கு. அதுவும் தானா தேடி வந்திருக்கு. சினிமாவில இயக்குநர் வாய்ப்புக்கு, நான் எவ்வளவு கஷ்டப்பட்டேன் தெரியும்ல?”

“அப்புறம் என்ன? தைரியமா போய்யா. நல்லா பண்ணு. நல்லா வரும்.”

“இருந்தாலும்”

“ஏன்? இந்த அஸோஸியேட் டைரக்டரிலே நல்லாத்தானே இருக்கிறோம். ஏன் ரிஸ்க்ன்னு யோசிக்கிறியா? ஒண்ணை இழந்தாத்தான் ஒண்ணைப் பெறமுடியும். எதை இழக்கப் போறேன்னு முடிவு பண்ணிக்கோ. the ball is in your court.” ஷங்கர் அழகாகக் கூறினார்.

“இல்ல சார், இப்பத்தான் நல்ல சம்பளம். வசதி வாய்ப்போட அஸோஸியேட்டா வேலை பாக்குறேன். திடீர்னு டைரக்டராகி, அதுல சக்ஸஸ் ஆகி, ரொம்பப் பதட்டமாயிருக்கு. அதான் யோசிக்கிறேன்.”

“இங்கே பாரு! புதுசா எதைத் தொடங்கினாலும் இந்த பயம்தான் வரும். அது பதட்டம் இல்ல, பயம். பயம்தான் ஜெயம். தைரியமா போ, உன்னால் முடியும்.” உற்சாகப்படுத்தினார்.

“இன்னிக்கு நைட் முழுக்க யோசி. காலைல முடிவு பண்ணு. பட், முக்கியமான விஷயம். நான் சொன்னதுக்காக முடிவு எடுக்காதே. உன் வாழ்க்கையை நீயே முடிவு பண்ணு. குட் நைட்” எனக் கூறிவிட்டு தூங்கிவிட்டார்.

இரவு முழுக்க யோசித்தேன். எப்பவுமே சில குழப்பமான தருணங்களில் இரவு முழுக்க யோசிச்சா பலவிதமான, கிளைகிளையான முடிவுகள் வரும். ஆனால், தீர்மானமான முடிவு வராது. அன்று எனக்கும் அப்படித்தான் ஆனது.

மறுநாள், காலை எழுந்தவுடன் குழப்பம் நீடித்தது. ஷங்கர் சார் இதுபற்றி எதுவுமே கேட்கவில்லை. ஷூட்டிங் ஸ்பாட் வந்துவிட்டோம்.

“சரி. நம்ம நண்பர்களைக் கேட்கலாம்னு அப்போது அஸிஸ்டென்டாக இருந்த வசந்தபாலனிடம் நடந்ததை சுருக்கமாகச் சொல்லி, “என்ன பண்ணலாம்?” என்று கேட்டேன்.

“தெரியல சார். பட், நல்ல வாய்ப்பா” எனக் கேட்டார்.

இன்னொரு அஸிஸ்டென்டாக இருந்த காந்திகிருஷ்ணா "நல்லா யோசிச்சுக்கோ" என்றான்.

"யோவ், யோசிச்சு குழப்பமா இருக்குதுன்னுதான் உன்கிட்ட ஐடியா கேட்கிறேன். say yes or no" என்றேன்.

"யோசிச்சு உனக்கே குழப்பமா இருக்குதுன்னா, நான் எப்படி டக்குனு say yes or no சொல்றது?" வேணா, நம்ம மாதேஷ்கிட்ட கேளு" எனத் திருப்பிவிட்டான்.

மாதேஷ், "இதோ பாரு. தீதும் நன்றும் பிறர்தர வாரா. போனா டைரக்டர்; இருந்தா அஸோஸியேட் டைரக்டர். இங்க இருந்தாலும், பணம் நல்லா வரும். வசதி கிடைக்கும். இயக்குநர் ஆனா ரிஸ்க் ஜாஸ்தி. கஷ்டப்பட்டாலும் ஜாக்கிரதையாகப் போராடணும்"

"அதான் பயமாகவும், யோசனையாவும் இருக்கு"

"அப்போ போகாத. பேசாம வேலைய செய்"

"வாய்ப்பு தேடி வருதே"

"அப்போ போ." சிம்பிளாகக் கூறிவிட்டுப் போய்விட்டார் மாதேஷ்.

"வேற யார்கிட்டேயும் டிஸ்கஸ் பண்ணக்கூடாது. மதியம் ஒருமணி வரை இதைப்பற்றி யோசிக்க வேண்டாம்" என முடிவுசெய்து, தீவிரமாக ஸ்பாட் வேலைகளில் மூழ்கிவிட்டேன்.

ஒரு மணி பிரேக். சாப்பிட தனியாகப் போய் அமர்ந்தேன். யோசித்தேன்.

"நாம சென்னை வந்தது இயக்குநராகத்தான். அதுக்கு ஒரு வாய்ப்பு வந்திருக்கு. இறங்கி ஒரு கை பார்த்திடலாம்" என முடிவு எடுத்துவிட்டேன்.

தனியே ஷங்கரிடம் சொன்னேன்.

"கங்கிராட்ஸ். போயிட்டு வா. ஆல் தி பெஸ்ட்" என்றார்.

அன்று மாலை 6 மணிக்கு சொன்னபடி ஜெயசீலன் காரில் வந்தார். ஏறினேன்.

இரவு 7 மணி.

ஜி.கே ரெட்டி ஆஃபீஸில் அவர்முன் அமர்ந்திருந்தேன்.

"ம். கதையைச் சொல்லுங்க. முதல்ல கதை முக்கியம்" என்றார்.

ஒரே மூச்சில் சொல்லி முடித்தேன்.

"அருமையாகப் பண்ணி இருக்கீங்களே. டைட்டில் என்ன?" என்றார்.

"மகாபிரபு" என்றேன்.

'சூப்பர்' என்றவர், மேஜையைத் திறந்தார்.

செக் எழுதினார். எனக்கு படபடப்பாக இருந்தது. வாழ்க்கையில் முதன்முதலாக இயக்குநராகப் போகிறோம். இதோ, அதற்கான அட்வான்ஸ் செக்கில் எழுதப்படுகிறது என்ற என் மனவோட்டத்தின் பிரதிபலிப்பை இங்கே வார்த்தைகளால் எழுத இயலாது.

செக் எழுதிமுடித்து, அதை ஒரு கவரில் போட்ட ஜி.கே. ரெட்டி அவர்கள், அதை என்னிடம் தரவில்லை. பதிலாக எழுந்து நின்றவர் "வாங்க என்கூட" என்றார். வெளியே வந்து அவர் காரிலே ஏறினோம்.

கார் நேராக வெங்கட்நாராயணா சாலையில் உள்ள திருப்பதி வெங்கடாசலபதி கோயிலில் போய் நின்றது. உள்ளே சாமி சந்நிதியில் வைத்து,

"நீங்க வெங்கடேஷ். அதான் அந்த வெங்கடேஷ் பெருமாள் முன்னிலையில் அட்வான்ஸ் தர்றேன். வாழ்த்துகள்." கைகுலுக்கி அட்வான்ஸ் கவர் தந்தார்.

பவ்யமாக வாங்கிக்கொண்டேன்.

"எப்போ டிஸ்கஷன் ஆரம்பிக்கிறீங்க?"

"நாளைக்குப் போயி படம் கிடைச்சிருச்சுன்னு ஷங்கர் சார்கிட்டே சொல்லிட்டு வந்துடறேன். நாளைக்கு மறுநாள் டிஸ்கஷன் ஆரம்பிக்கிறேன்."

"குட். வாழ்த்துக்கள்."

மறுநாள், ஷங்கர் சார் மற்றும் குழுவினரிடம் வாழ்த்துகளுடன் விடைபெற்றேன்.

"தம்பி, டைரக்டர் ஆயிட்டோம்னு திமிரில் திரியாத. அப்பப்போ டச்சிலேயே இரு" கிண்டலாக மாதேஷ் வாழ்த்தினார். சிரித்தபடி விடைபெற்றேன். அதற்கடுத்த மறுநாள் தி.நகரில் உள்ள ஒரு ஹோட்டலில் ரூம் போட்டார்கள். பேடு, பேப்பர், பேனா சகிதம் என்னை அமர வைத்துவிட்டார்கள். அவர்கள் அனைவரும் சென்றபிறகு நான் மட்டும் ரூமில் கொட்டக் கொட்ட அமர்ந்திருந்தேன். இப்போ நான் டைரக்டர். அஸிஸ்டென்ட்ஸ் இனிமேல்தான் சேர்க்க வேண்டும்.

இயக்குநர்: A.வெங்கடேஷ்

முதல் படம் வேற. ஜெயிக்க வேண்டும்!. படபடப்பாக யோசித்தபடி அறைக்குள் நடந்து கொண்டிருந்தேன். எனக்குத் தெரிந்து முதல்பட டிஸ்கஷனை தனியாளாய்த் தொடங்கியவன் நான் மட்டுமே!

தயாரிப்பாளர் ஜி.கே.ரெட்டிக்கு இந்த 'மகாபிரபு' படத்தின் கதைமேல் அபார நம்பிக்கை.

'சூப்பர் கதை' என்று எல்லோரிடம் போனில் சொல்லிக்கொண்டே இருப்பார். அவருக்கு இது ஹிட் படமாக ஆக வேண்டும். பல எண்ணங்கள் ஓட, 'பேட்' எடுத்து திரைக்கதை எழுத ஆரம்பித்தேன். ஏற்கனவே திரைக்கதை மனதில் முழுமையாக இருந்ததால் வெகுவேகமாக திரைக்கதை எழுத்து வடிவமாகிக் கொண்டிருந்தது.

ஆனால், அந்தப் படம் என்னை மிகவும் சிரமப்படுத்தப்போகிறது. சினிமாவை வேறு ஒரு கோணத்தில் எனக்கு உணர்த்தப்போகிறது என்று எனக்கு அப்போது தெரியாது.

ஒரு சரியான முகூர்த்த நாளில் பெரிதாக அழைப்பிதழ் அச்சடிக்கப்பட்டது.

ஏ.வி.எம். ஸ்டுடியோவில் பிரம்மாண்டமாக பூஜை போடப்பட்டு ரஜினி, சிரஞ்சீவி போன்றோரெல்லாம் வந்து வாழ்த்த, அப்படம் பாடல் காட்சியுடன் ஆரம்பிக்கப்பட்டது. ஆனால், அந்த ஷெட்யூல் முடிந்ததும் படம் பணப் பிரச்னையால் அப்படியே கிடப்பில் போடப்பட்டது.

அதன்பிறகு, பாலக்காடு அருகே படத்தின் இரண்டாவது ஷெட்யூல் போடப்பட்டு ஷூட்டிங்ஸ் நடந்துகொண்டிருந்தது. 12வது நாள் ஷூட்டிங்கின்போது ஜி.கே.ரெட்டி வந்தார்.

ஸ்பாட்டில் என்னை தனியே அழைத்து, "சார். இன்னியோட பேக்கப் பண்ணிடுங்க" என்றார். பதறிப்போய் நான் "சார், இன்னும் மூணுநாள் ஷூட்டிங்ஸ் இருக்கே" என்றேன்.

"அந்தக் காட்சிகளை அடுத்த ஷெட்யூலில் சேர்த்துப் பண்ணிக்கலாம்" என்றார்.

"ஏன் சார்? திடீர்னு ஷெட்யூல் பேக்கப் பண்ணச் சொல்றீங்க?" கேட்டேன்.

"ஃபைனான்ஸ் பிரச்னை" என்றார்.

சினிமாவில் இப்படித்தான் எப்போது, யாருக்கு, என்ன பிரச்னை, எப்படி வருமென்றே தெரியாது. எனக்கு முதல் படத்திலேயே, அதுவும் ஆரம்பித்த சில நாட்களிலேயே இப்படி ஆகும்னு நான் நினைக்கவே இல்லை.

ஆனால், அதன்பிறகு அந்தப் படம் ரெடியாகி, ரிலீஸாகி படம் வெற்றி என்ற செய்தி என் காதில் விழும்வரை நான்பட்ட கஷ்டங்களை, The scenes behind MahaPrabhu" என தனிப் புத்தகமே போடலாம். ஆனாலும், என் முதல் படம் 'மகாபிரபு' நூறுநாள் படமானது.

சரத்குமார் அவர்களுக்கும், ஜி.கே.ரெட்டி அவர்களுக்கும் பெரிய பங்கு இருக்கிறது.

* * *

இயக்கநர்: **A.வெங்கடேஷ்**

ஏ.ஆர்.ரஹ்மான்

சமீபத்தில் (13-2-2015), சென்னை வர்த்தக மையத்தில் ஒரு தமிழ் எப்.எம். நடத்திய அவார்டு பங்ஷன். என்னை சிறப்பு விருந்தினராக அழைத்திருந்தார்கள். போயிருந்தேன். முதல் வரிசையில் அமர்ந்திருந்தேன். எனக்கு அடுத்தடுத்து சினிமா பெரும்புள்ளிகள் அமர்ந்து இருந்தார்கள்.

அனுராதாஸ்ரீராம் திடீரென்று, இதோ வந்துவிட்டார் இசைப்புயல் ஏ.ஆர்.ரஹ்மான் அவர்கள் என அறிவிக்க, மொத்தக் கூட்டமும் எழுந்து நின்று வரவேற்றது. நானும் கூட்டத்தில் முதன்மை அழைப்பாளராக அமரும்வரை வந்து இருக்கையில் நின்று மரியாதைசெய்து, பின் அமர்ந்தோம்.

அவர்கள் அமர்ந்ததும், ஃபிளாஷ்கள், சம்பிரதாய மரியாதைகள் எல்லாம் முடிந்தபின்னர் அவர் அமைதியாக மேடையைப் பார்க்கிறார். நான், எனக்கடுத்து டிரம்ஸ் சிவமணி அவர்கள், வைரமுத்து அவர்கள் அதற்கடுத்து ஏ.ஆர்.ரஹ்மான் அவர்கள்.

மேடையில் அனுராதாஸ்ரீராம், ரஹ்மான் அவர்கள் இசையில் பாடிய பாடல்களைப் பாடிக்கொண்டிருக்கிறார். ரஹ்மான் அவர்கள் மேடையை பார்த்துக்கொண்டு இருக்கிறார்.

நான் 'ரஹ்மான் அவர்கள் என் பக்கம் திரும்புவாரா?' என எண்ணி அவரையே பார்த்துக் கொண்டிருக்கிறேன். திடீரென்று எதேச்சையாக அவர் என்பக்கம் திரும்ப, கைகூப்பி வணக்கம் வைக்கிறேன். பதிலுக்கு அவர் புன்னகையுடன்

வணக்கம் வைத்து, பின் மேடைப்பக்கம் பார்வையை திருப்பிக் கொள்கிறார்.

'நீங்களா?' என்பதுபோல புருவம் உயர்த்தி அவர் எனக்கு வணக்கம் வைக்கவில்லை.

'உங்களை எங்கேயோ பார்த்தமாதிரி இருக்கே?' என்பதுபோல புருவம் சுருக்கியும் 'வணக்கம்' வைக்கவில்லை.

சபை நாகரிகமாக, பதில் வணக்கம் வைத்தார் அவ்வளவுதான். 'ஒருவேளை, நம்மை அடையாளம் தெரியவில்லையோ?' 'இல்ல, அடையாளம் தெரியாதவண்ணம் நாம்தான் உருவம் மாறிட்டோமோ?'

ஏனெனில். நான் ரஹ்மான் அவர்களை நெருக்கத்தில் சந்தித்து பல வருடங்கள் ஆகி விட்டன. பின்னர், ரஹ்மான் அவர்கள் மேடையேறுகிறார். என் மனசு மெதுவாக அரங்கத்தை விட்டு வெளியேறுகிறது.

மனசு, ஏன் இப்படிச் சுற்றுகிறது? என எண்ணுகிறேன்.

"எப்படிப்பட்ட மாமனிதர் இவர்!"

மேடையில் ரஹ்மான் அவர்கள் இயல்பாக பேசிக்கொண்டிருக்கிறார். என் மனசு மட்டும் சில நினைவுகளில் சுற்றுகிறது. அவருக்கு நினைவில் இருக்குமோ, இல்லையோ தெரியாது. எனக்கு நன்றாக நினைவில் இருக்கிறது. பல வருடங்களுக்குமுன்பு நடந்த ஒரு பார்ட்டி ஹாலுக்குள் நுழைகிறது.

ஜென்டில்மேன் படத்துக்கு மியூசிக் ஏ.ஆர்.ரஹ்மான் என முடிவுசெய்த நேரம்.

'ரோஜா' பாடல்கள் பட்டையைக் கிளப்பிக்கொண்டிருந்த நேரம் அது. ஷங்கர் கதை சொல்லச் செல்கிறார். கூடவே இணை இயக்குநராகிய நான்.

"இவரு ஏ.ஆர்.ரஹ்மான், இவரு என் அஸோஸியேட்" – ஷங்கர்.

"அவரு வெளியே வெயிட் பண்ணட்டும். நீங்க மட்டும் வாங்க" ஷங்கர் சாரை அழைத்துக் கொண்டு ஒலிப்பதிவுக் கூடத்துக்கு உள்ளே செல்கிறார். ரஹ்மானின் ஒலிப்பதிவுக்கூட வரவேற்பறையில் நான் காத்திருக்கிறேன்.

"என்ன இது. ஒரு இணைஇயக்குநர் கூட இருந்தா தப்பா என்ன? இந்த ஆளு இப்படி பிஹேவ் பண்றாரே" என்று தோன்றியது.

"சரி, விடு வெங்கடேஷ். ஒவ்வொரு மனிதர் ஒவ்வொரு மாதிரி என எனக்குநானே மனதைத் தேற்றிக்கொண்டு அமர்ந்திருந்தேன்.

ஒன்றரை மணிநேரம் சென்றது. கதவைத் திறந்து இருவரும் வெளியே வந்தனர். பரஸ்பரம் கைகொடுத்து ஷங்கர் காரில் கிளம்பத் தயாரானார்.

"உங்க பேரு என்ன சொன்னீங்க?"

"வெங்கடேஷ்"

"ஆங். அவர்கிட்ட கதையைக் கேட்கிறப்போ, சில சில சந்தேகங்கள் கேட்பேன். அப்ப மூணாவது ஒருத்தர் இருந்தா 'அன்ஈசியாய்' இருக்கும்னு உங்களை வெளியே இருக்கச் சொன்னேன்" சிரித்தார்.

"பரவாயில்லை சார்" கிளம்பினோம். காரில் திரும்பும்போது, ஷங்கர் சாரிடம் நான் "எவ்வளவு நல்ல மனிதரா இருக்கார் சார்! நான் ஒரு அஸோஸியேட் டைரக்டர் என் மனசு புண்படுமேன்னு புறப்படுறப்போ விளக்கம் சொல்றாரு பாருங்க!" நான் நெகிழ்ந்தேன்.

"ஆனா, முதல்ல உட்காரச் சொல்லிட்டு உள்ளே போனப்போ லேசா ஃபீல் ஆகி இருப்பியே!"

லேசா தலையாட்டினேன்.

"தெரியும். யோவ், நமக்குன்னு சில கொள்கைகள் இருக்கிறமாதிரி மத்தவங்களுக்கும் இருக்கும். ஆனா, மனுஷன் மனசு இருக்குது பாரு, அது எப்பவுமே தன்பக்க நியாயத்தை யோசிக்கும். பாத்தியா, இப்ப ரஹ்மான் உன் மனசுல பெரிய இடத்துக்குப் போயிட்டார்"

"சரி, கதை கேட்டாரே என்ன சொன்னாரு?"

"சூப்பர் ஷங்கர். இந்தப் படத்துக்கு நான் மியூசிக் பண்றேன்னு சொல்லிட்டாரு"

ஜென்டில்மேன் படப் பாடல்கள் ஹிட் அடித்ததும், படம் ஹிட் ஆனதும் ஊரறிந்த சேதி. ஆனால், என் முதல் படம் 'மகா பிரபு' ஃபைனான்ஸ் பிரச்னையால் நின்றுபோன சமயம். நான் மறுபடியும் ஷங்கர் சார் ஆபீஸ் போவேன். சாரைப் பார்ப்பேன். பேசுவேன்.

ஒருநாள், 'காதலன்' பட வெற்றிக்குப்பின்னர் டின்னர் பார்ட்டிக்கு ஷங்கர் சார் கூப்பிட்டிருந்தார். ஏற்கனவே, படம்

நின்றுபோன மன உளைச்சல். மீண்டும் எப்போ ஷூட்டிங் என்ற டென்ஷன். எல்லாம் சேர்ந்து ஒருவிதமான குழப்பமான மனநிலையில் இருந்தேன். இந்த நிலையில் அந்தப் பார்ட்டிக்கு போயிருக்கேன்.

“வா வெங்கி!” என்றார் காந்தி (அப்போ காத்திருக்கிறார் ஷங்கரோட உதவியாளர்)

‘வெங்கிட்டை லஞ்சுக்கு.’ என காந்தி (வரவேற்பாளர்) என்னை அழைத்துச் சென்று பத்து நிமிடம் பேசியிருப்பார். வேறு ஒரு விருந்தினர் வரவும் என்னை விட்டுவிட்டு அவரை வரவேற்கச் செல்ல, நான் தனித்து விடப்பட்டேன்.

வெற்றி முகத்தோடு இல்லாமல் இந்த மாதிரி பார்ட்டிகளுக்குப் போகவே கூடாது. சினிமாவில் இந்த மாதிரி பார்ட்டிகளில் வெற்றி பெற்றவர்களைச் சுற்றி கூட்டம் நிற்கும். மற்றவர்கள் கும்பலாக நிற்பார்கள். வெகுசிலரே இந்த மாதிரி தனியே வெற்றிபெறும் நிலையோடு இருப்பார்கள். பெறாதவர்கள் ‘ஏண்டா வந்தோம்’னு நிற்பார்கள்.

அன்று நானும் அப்படியே நின்றேன். அப்போது ஏ.ஆர். ரஹ்மான் சார் உள்ளே நுழைகிறார். தொடர் பாடல்கள் ஹிட் அடித்ததால் ஏகப்பட்ட ‘லைம் லைட்டில்’ இருக்கிறார். மொத்தக் கும்பலும் அந்தப்பக்கம் மொய்க்க, ஷங்கர், ஏ.எம்.ரத்னம் (இவர்தான் அப்போது ஜென்டில்மேன், காதலன் படங்களைத் தெலுங்கில் வெளியிட்டவர்).

தயாரிப்பாளர் கே.டி.குஞ்சுமோன் மற்றும் தயாரிப்பு தரப்புகளிடம் பேசி ஏ.ஆர்.ரஹ்மான் சற்று ஆசுவாசமாக நடந்து மற்றவர்களின் ‘விஷ்’களை ၊ புன்முறுவலுடன் ஏற்றபடி வருகிறார்.

ஓர் ஓரமாக நான். “ஜென்டில்மேன் வேலை செஞ்சபோது பழகினது ஆச்சு. ஒன்றரை வருஷம், நம்மளைக் கண்டுக்கல தெரியலைன்னா”

ரெண்டுங்கெட்டான் மனநிலையில் ஒரு தோராயமாக கையை மார்பருகே வைத்து சட்டைப் பொத்தானை திருத்திக் கொண்டேன். கண்ணுக்குக் கண் பார்த்தால் திருகுற பட்டன் கையைத் திருப்பி ‘விஷ்’ பண்ணலாம். இல்லை அப்படியே நின்னுடலாம்னு நிற்கிறேன். என்னைக் கடந்துபோக எத்தனித்தவர், என்னைப் பார்த்துவிட்டார். அவரது முகத்தில் பிரகாசம்.

"ஹலோ ! எப்படி இருக்கீங்க?"

அவர் தோரணையாக என்னருகே வந்து நின்று பேச, மொத்தக் கூட்டமும் எங்களைப் பார்க்கத் திரும்பியது.

"நல்லா இருக்கேன் சார்!"

"ஒரு படம் டைரக்ட் செஞ்சீங்களே, என்னாச்சு?"

"ஃபைனான்ஸ் பிராப்ளம் நிக்குது. ஆரம்பிச்சிடலாம்னு தயாரிப்பாளர் சொல்லி அனுப்பியிருக்கார்" தயங்கித் தயங்கிச் சொன்னேன்.

"கவலைப்படாதீங்க. போராட்டம்தான் வாழ்க்கை. உங்க படம் முடிஞ்சதும் ஜெயிச்சிடுவீங்க. தன்னம்பிக்கையோடு இருங்க. நம்பிக்கை முக்கியம். படம் குவியும்"

ஆறுதலாகப் பேசி நகர்ந்தார்.

அவர் அந்தப்பக்கம் நகர்ந்ததும் என்னைச்சுற்றி ஏகப்பட்டபேர்.

"ரஹ்மான் சார் வந்து பேசிட்டுப் போறாரே. ரொம்பக் க்ளோசா உங்ககிட்ட"

"அவர்கிட்ட கால்ஷீட் வாங்கிடுங்க. புதுசா, பெரிசா வேற படம் ஆரம்பிக்கலாம்"

"என்னண்ணே சொல்றாங்க?" எதுவும் என் காதில் ஏறலே.

"நம்பிக்கையோட இருங்க. ஜெயிச்சிடலாம் படம் குவியும்."

இந்த வார்த்தைகள் உற்சாகமாயிருந்தது. அதன்பின்னர் பல மாதங்கள் கழித்து என் முதல் படம் 'மகாபிரபு' பலருடைய உதவியுடன் (குறிப்பாக, அப்படத்தின் விநியோகஸ்தர்கள், ஹீரோ சரத்குமார்) முடிந்து வெளியாகி வெற்றி பெற்றது.

காரணம், ரஹ்மான் சொன்ன வார்த்தைகள்: நம்பிக்கையோடு இருங்க!

* * *

சுந்தரம்

"என்னது? எப்போ?"

மூன்று வருடங்களுக்குமுன்பு, அந்த போன் பேசியதும் வெடித்து அழுதேன். என் அப்பா இறந்தபிறகு, நான் வெடித்து அழுதது அன்றுதான்.

இறந்தது? சுந்தரம். என் அத்தான். சென்னை நந்தனத்தில் உள்ள பீஎச்எல் பேங்கில் வேலை பார்த்தவர். நான் சினிமாவில் ஜெயிக்கணும்னு உண்மையிலே துடித்த ஓர் ஆன்மா.

திருச்சியில் இருக்கும் ஐ.எஸ்.சிதம்பரநாதன் அவர்களின் அண்ணன். இந்த சிதம்பரநாதன் அவர்கள் என் அக்காளைத் திருமணம் செய்தவர். எனக்கு, முதல் படம் மகாபிரபு கமிட் ஆனதும் என்னைவிட அதிகம் சந்தோஷப்பட்டவர். இந்த சுந்தரம் அத்தான் அவர்கள்தான்.

அந்த மகாபிரபு படத்துக்கு, அதன் ஆரம்ப பூஜைக்காக பெரிதாக அழைப்பிதழ் அச்சடிக்கப்பட்டது. முதல் அழைப்பிதழ் நான் கொடுத்தது இந்த சுந்தரம் அத்தானுக்குத்தான். அதன்பிறகு, ஒரு சரியான முகூர்த்தநாளில் ஏ.வி.எம். ஸ்டுடியோவில் பிரம்மாண்டமாக பூஜை போடப்பட்டு ரஜினி, சிரஞ்சிவி போன்றோரெல்லாம் வந்து வாழ்த்த, அப்படம் பாடல் காட்சியுடன் ஆரம்பிக்கப்பட்டது.

ஆனால், அதன்பிறகு 'பாலக்காடு' அருகே படத்தின் இரண்டாவது ஷெட்யூல் 15நாள் போடப்பட்டு, ஷூட்டிங்ஸ் நடந்து கொண்டிருந்தது. 12வது நாள் ஷூட்டிங்கோடு அந்தப்படம் நின்றுவிட்டது.

இனி, இந்தப் படம் நடக்காது என்று, சினிமா உலகத்தில் ஒரு பேச்சு பரவ ஆரம்பித்துவிட்டிருந்தது. என்னிடம் வேலைபார்த்த அஸிஸ்டென்ட் எல்லாம், "இனிமே, மகாபிரபு படம் எங்கே முடியப்போகுது?" என்று எண்ணி, என்னைவிட்டு விலகிச் சென்றுவிட்டனர்.

கிட்டத்தட்ட மகாபாரதப் போரில், தூரியோதனன் எல்லாவற்றையும் இழந்து நிற்பானே, அந்தநிலையில் நான் இருந்தேன். அப்போது எனக்கு உற்சாக வார்த்தைகளைக் கொடுத்து தன்னம்பிக்கையை ஊட்டி தைரியம் கொடுத்தவர் இந்த சுந்தரம் அத்தான் அவர்களே. ஜோஸியம்மீது நம்பிக்கையில்லாத என்னை, தன் கைப்பணத்தைச் செலவழித்து ஜோசியக்காரனிடம் கூட்டிச் செல்வார். அவர்கள் சொல்லும் பரிகாரத்தை, என்னை வற்புறுத்தி செய்யவைப்பார். அதையும் தன் சொந்தச் செலவில் செய்தார். என் வளர்ச்சியில் அவ்வளவு அக்கறை அவருக்கு.

அதன்பிறகு 'மகாபிரபு' படம் ரெடியாகி, ரிலிஸாகி படம் வெற்றி என்ற செய்தி என் காதில் விழும்வரை நான் பட்ட கஷ்டங்களை புத்தகமே போடலாம்.

மகாபிரபு வெற்றிபெற்றதும் ரொம்ப சந்தோஷப்பட்ட முதல் ஜீவன் சுந்தரம்தான்.

ஏனெனில், அவர் எனக்கு அத்தான் மட்டுமல்ல; mentor என்று ஆங்கிலத்தில் சொல்வார்களே! அதற்கும்மேலாக, அவர் எனக்கு 'நண்பர்–ஞானி–வழிகாட்டி' என முப்பரிமாணமாகவும் இருந்தார்.

இவரைப்பற்றி விரிவாகக் குறிப்பிட்டே ஆகவேண்டும்.

நான் சென்னைக்கு முதன்முதலில் ஒரு தனியார் பிளாஸ்டிக் கம்பெனியில் வேலையில் சேர, அய்யப்பன்தாங்கலில் வந்து இறங்கினேன்.

முகவரி வைத்துக்கொண்டு அந்தக் கம்பெனியை அய்யப்பன்தாங்கல் முழுவதும் தேடினேன். ஆனால், அங்கு அப்படி ஒரு கம்பெனியே இல்லை.

திக்கென்றது.

சரியென்று சமாளித்துக்கொண்டு, என் அத்தான் சுந்தரம் அவர்களைப் பார்க்க, அவர் வேலைசெய்த பி.எச்.எல் பேங்குக்கே போய்ச் சேர்ந்தேன். தேனாம்பேட்டையில் இருந்த ஆபீசில் ஏ.சி.யைவிட இதமாக அவரது உபசரிப்பு இருந்தது. வேலை கிடைக்கவில்லை என்றாலும், அவரது உபசாரமும்,

வாழ்த்துமொழிகளும் எனது விழிகளில் கண்ணீரைக் கொண்டுவந்து நிறுத்தியது.

அதன்பிறகு, என்னை எனது ஊருக்கு பஸ் ஏற்றிவிட்டார். அப்போது, "இனிமே நீ சென்னைக்கு வந்தேனா நீ வேலையில் சேரப்போற கம்பெனியைப்பற்றி முழுசா தெரிஞ்சுக்கிட்டு வா. ஏன்னா, வேலையில் இருந்துக்கிட்டே சினிமாவிலே சேர முயற்சிக்கப் போறேன்னு நீ சொன்ன ஐடியா சூப்பரா இருக்கு. ஆனால், அதை சரியாகச் செயல்படுத்து." எனக்கூறி அனுப்பினார்.

அதன்பிறகு வேலையுடன்தான் சென்னைக்கு வந்தேன். ஓய்வுநேரங்களில், உதவி இயக்குநர் வாய்ப்பு தேடுவேன். அப்போதும் இந்த சுந்தரம் அத்தான்தான் உதவி செய்வார். எப்படி என்றால், தனது ஸ்கூட்டர் வாகனத்தில் என்னைச் சுமந்துகொண்டு கம்பெனிகளில் கொண்டு சேர்ப்பார்.

பசிக்கும்போது உணவு வாங்கித்தருவார். கைச்செலவுக்கு கைக் காசு தந்து உதவுவார். எனது இலக்கையடைந்த தறுவாயில் அதாவது, முதல் படம், "மகாபிரபு" ஒப்பந்தம் ஆன நிலையில், அவர் சொன்னது என் நெஞ்சை நெகிழவைத்தது.

"டைரக்டர் ஆயிட்டே. என் வேலை முடிஞ்சுது. இனிதான் எச்சரிக்கையாக இருக்கணும். எளிமை இயல்புபிசகாமல் இருக்கவேண்டும். உதவும் மனப்பான்மை உன்னை இயக்கிக் கொண்டே இருக்கவேண்டும்"

இன்றளவும் அவர் கூறியதன்படியே இருந்துகொண்டு வருகிறேன். அவர்போட்ட அதே கோட்டில் தொடர்ந்து பயணித்துக்கொண்டே இருக்கிறேன்.

நான் பிஸியாக பிஸியாக, அவர் என்னைச் சந்திப்பது கொஞ்சம் கொஞ்சமாகக் குறைந்தது. நான் அவரைத் தொடர்புகொண்டாலும் என்னைச் சந்திக்க நேரம் தருவதில்லை. நானாகச் சென்று அவ்வப்போது அவரைச் சந்தித்துவிட்டு வருவேன். இந்தச் சந்திப்பு, மாதம் ஒருமுறை, இருமுறை என்றிருந்தது. ஆனால், நான் தொடர்ந்து படங்கள் இயக்க ஆரம்பித்தேன்.

வருடத்துக்கு ஒருமுறை, இருமுறை என குறைந்துவிட்டது. இதில், இருதரப்பிலும் தவறு இல்லை. அவரவர் வேலையில் அவரவர் பிஸியானோம்.

ஆனால், அவரது மரணச் செய்தி என்னை அழவைத்தது. அடிக்கடி போய்ப் பார்த்திருக்க வேண்டுமோ! எனத்

தோன்றவைத்தது. தப்பு என்மீதுதான் என, என்னை நானே குற்றம்சொல்லி அழுவேன். மனித குணமே இதுதான்.

இருக்கும்போது உறவுகள், நட்புகளின் அருமை தெரியாது. இறந்தபிறகு அழுது மாளாது.

நண்பர்களே!

அவ்வப்போது உறவுகளை புதுப்பித்துக் கொள்ளுங்கள். நட்புகளை நீங்களே வலியச் சென்று தொடர்பில் வைத்துக்கொள்ளுங்கள். ஏனென்றால், நாளை உங்கள் மனசாட்சிக்கு நீங்கள் ஆறுதல் சொல்வதற்கு அது ஏதுவாயிருக்கும். சரி.

சுந்தரம் அவர்களின், மரணம் எப்படி சம்பவித்தது? ஒரு ரயில் விபத்தில் எதிர்பாராதவிதமாக உயிரிழந்தார். இது என்ன இறைவன் கொடுமையா? என்னைப்போல எத்தனையோ பேருக்கு, எவ்வளவோ உதவிகளைச் செய்தவர் அவர். இன்னும் சொல்லப் போனால், வெகுளி, வெள்ளந்தி. நாலுபேருக்கு நல்லதுசெய்யும் பரோபகாரி.

இவருக்கு ஏன் அப்படி சடாரென்று ஒரு மரணம்? யோசித்துப் பார்த்தேன். பாயில் படுக்காமல், நோய் தாக்கி, அடுத்தவர் உதவியை எதிர்பார்த்து வாழ்ந்து சாகாமல் அப்படியே 'டக்'கென்று ஒருநாளில் இறைவனடி போய்ச் சேர்ந்தது எதற்கு? எண்ணிப்பார்த்தால் ஒருவேளை, இனி வாழ்ந்து அல்லல், அவஸ்தையெல்லாம்பட்டு, துன்பம் துயரம் எல்லாம் சந்திக்காமல், சடாரென்று தன்பக்கம் கூப்பிட்டதுகூட ஒருவகையில் அவருக்கு ஆண்டவன் செய்த உதவியோ!

ஆனால், அவரை எண்ணும்போதெல்லாம் எனக்கு ஒரு புகழ்பெற்ற பாடலின்வரிகள்தான் ஞாபகத்துக்குவரும்.

"இருந்தாலும் மறைந்தாலும் பேர் சொல்லவேண்டும்
இவர்போல யாரென்று ஊர் சொல்லவேண்டும்"

அவர் பெயரை நான் சொல்லிக்கொண்டே இருப்பேன்.

* * *

ராஜன் பி.தேவ்

சிலசமயங்களில் எதிர்பாராத மனிதர் ஒருவர், எதிர்பாராதநேரத்தில், எதிர்பாராத ஆச்சரியங்களை நம் வாழ்க்கையில் நிகழ்த்திவிட்டுப் போய்விடுவார்கள். அந்த ஆச்சரியங்கள் மட்டும் நம் மனதைவிட்டு நீங்கவே நீங்காது.

அப்படித்தான் ராஜன் பி.தேவ்.

ஒரு வில்லன் நடிகர். மலையாளத்தில் கீர்த்தி பெற்றவர். கிட்டத்தட்ட நூறு படங்கள் நடித்தவர் என எண்ணுகிறேன். இவரைச் சட்டென்று நினைத்துக்கொண்டு வரவேண்டுமென்றால் 'சூரியன்' படத்தில் வெத்தலைப்பெட்டியைக் கையில் வைத்துக்கொண்டு, 'எந்நேரமும் நாசமாய்ப் போக' எனப் பேசிக்கொண்டு, கூப்புக் கவுண்டராக நடித்திருப்பார். இவர், நான் உதவிஇயக்குநராக 'வசந்தகாலப் பறவை' படத்தில் பணியாற்றியபோது எனக்கு அறிமுகமானார்.

இல்லை, நான் அவருக்கு அறிமுகமானேன். அந்தப் படத்தில்தான் தமிழ்ப்பட உலகுக்கு வில்லனாக அறிமுகமாகிறார் ராஜன் பி.தேவ். 'பிராம்ட்டிங்' (வசனத்தை ஸைடில் உள்ள நடிகர்களுக்கு எடுத்துக்கொடுத்துப் பேசுதல்) தெரியாமல் நடிப்பதில் வல்லுநர்.

இவர், நான் இயக்குநராக அறிமுகமான 'மகாபிரபு' படத்தில் மெயின் வில்லன். ஏற்கனவே படம் பல பிரச்னைகளில் வளர்ந்து இறுதிக்கட்ட படப்பிடிப்பு வந்துவிட்டது. ஆனால், மெயின் வில்லன் ராஜன்

பி.தேவ் தேதிதான் இல்லை. அவரது தேதிகள் இல்லையென்றால் படம் முடியாது.

அப்போது, கேரளாவில் ஆலப்புழா பக்கத்தில், ஒரு சின்ன கிராமத்தில் ஒரு மலையாளப் பட ஷூட்டிங்கில் அவர் இருந்தார். நானும் அப்படத்தின் தயாரிப்பு நிர்வாகி ஜெயசீலனும், கிடைத்த ரெயிலில் ஏறி, பெர்த் கிடைக்காததால் தூங்கியும், தூங்காமலும் காலையில் ராஜன் பி.தேவ் அவர்கள் இருந்த கேரள கிராமத்தை அடைந்தோம்.

ஏற்கனவே, நாங்கள் வருகிறோம் எனக் கூறியிருந்ததால், அவர் தங்கியிருந்த ஓட்டலில், ரூம் ஏற்பாடு செய்திருந்தார். அங்கே குளித்துமுடித்து, அவர் நடித்துக் கொண்டிருந்த சூட்டிங் ஸ்பாட் போனோம். அவ்வளவு பிசியான நடிகர், அன்று முழுக்க எங்கள் படத்தை முடிக்க வேண்டும் என்பதற்காக, அவர் தேதி ஒதுக்கியிருந்த அத்தனை கம்பெனிகளுக்கும் போனில் பேசிப்பேசி, தேதிகளை எங்களுக்காக ஒதுக்கிவைத்திருந்தார்.

நான் தொண்டை கம்ம, "நன்றி சார். உங்களுக்குச் சேரவேண்டிய பணம்கூட இன்னும் தரல. ஆனால், எனக்காக டேட்ஸ் ஒதுக்கிச் சிரமப்பட்டீங்களே" என்றேன்.

"இல்ல சார். இவ்வளவு தூரம் என்னை நம்பி அங்கிருந்து வந்திருக்கீங்க. ஏன்? முதல் படம் உங்களுக்கு. உங்க மனசு எந்தநிலையில் இருக்கும்னு எனக்குத்தெரியும். போய் ஷூட்டிங்கை முடிங்க" எனக்கூறி, ரயில் நிலையம் வரை அவர் காரிலேயே வந்து இறக்கிவிட்டுச் சென்றார்.

அப்படிப்பட்ட ஒரு நல்ல மனிதரிடம் அன்று நான் கற்றுக்கொண்ட இந்த நல்ல விஷயத்தை இன்றும் நான் நடிகனாகிய மாறிய படங்களில் பின்பற்றுகிறேன். இவர் இன்று நம்மிடையே இல்லை. ஆனாலும், இவரைப்போன்ற ஆட்களால்தான் சினிமா இன்னும் உயிர்ப்போடு இருக்கிறது.

சாப்பாட்டு விஷயத்தில் நான் பெரிதாக அக்கறை காட்டுவதில்லை.

"அந்தக் கடையில் அதை வாங்கு, இந்தக் கடையில் இதை வாங்கு" என, தயாரிப்பு உதவியாளர்களிடம் உணவுக்கு ஆர்டர் பண்ணி தொந்தரவு கொடுப்பதில்லை. ஒரு இயக்குநராகவோ, நடிகராகவோ நான் கேட்டால் கிடைக்கும். ஆனால் சொல்வதில்லை. அதற்கும் ராஜன் பி.தேவ்தான் காரணம்.

இன்றும் அப்பெரும் மனிதர் நினைவில் நிழலாடிக் கொண்டிருக்கிறார். அவரிடம் ஒரு தனி சிறப்பம்சம் கண்டேன். அவர் பரபரப்பான வில்லனாக வலம்வரும் சமயம். எனது படமான மகாபிரபு-வில் நடித்துக் கொண்டிருந்தார். ஒரு இரவில் படப்பிடிப்பில் யாவரும் மும்முரமாயிருந்த வேளை. படப்பிடிப்பு தொடர்ந்து நடந்தபோது உணவு உண்பதையே மறந்துவிடும் சூழல். இப்படி தொடர்ச்சியாக படப்பிடிப்பு நடந்தால் திரையுலகில் உதவியாளர்கள் மாறிமாறிச் சென்று உணவருந்திவிட்டு வருவார்கள்.

ஆனால், இடம்விட்டு நகரமுடியாமல் இருக்கும் முக்கியஸ்தர்கள், இயக்குநர் மற்றும் காமிராமேன் மற்றுமுள்ள ஒருசிலர் மட்டுமே. இவர்கள் சட்டென நகர முடியாது. அப்படிப்பட்ட சூழ்நிலை. நானும் உண்ணாமல், உறங்காமல் கண்ணும்கருத்துமாக பணியில் முழுமூச்சாக ஈடுபட்டுக் கொண்டிருந்தேன். சற்று இடைவெளி வாய்த்தது. சாப்பிட வேண்டும் என்ற நினைவு வந்தது. ஒரு கால்மணி அவகாசம் எடுத்துக்கொண்டு, சாப்பிடாதவர்கள் எல்லாம் திரண்டுபோய்ச் சாப்பிட நினைத்தோம். அப்போது நேரம் நடுநிசி தாண்டியது. ஆங்கிலத்தில் 'ஸ்மால் அவர்ஸ்' என்று அழைக்கப்படும் பின்னிரவு ஒரு மணி தொடங்கியது.

அந்நேரம் நினைத்த சாப்பாடா கிடைக்கும்... எஞ்சியது மிஞ்சியதுதான் கிடைக்கும். காய்ந்ததுதான் கைக்குக் கிட்டும்...

நாங்கள் சாப்பிடும்போது வில்லன் நடிகர் ராஜன் பி.தேவ் உடன் வந்து அமர்ந்தார்.

'இவ்வளவு நேரமா சாப்பிடாமல் இருந்தார்?' என்று வியப்பும், கவலையும் கொண்டாலும் அவரைக் கேட்டேன்:

'ஏன் இத்தனை தாமதம்?' என்று.

அப்போது, அவர் சொன்னார்: "இந்த உணவு கிடைக்காமல் எத்தனைபேர் வெளியில் இந்த நேரத்திலும் தவித்துக்கொண்டு இருக்கிறார்கள். அவர்களை ஒரு கணம் நினைத்தால் கிடைத்த உணவை அமிர்தமாக நினைச்சு சாப்பிட்டுவிடுவோம்."

அவர் இப்படிச் சொன்னதும் எனக்கு இன்னொரு ஞாபகம் பளிச்சிட்டது.

ஆண்டவன் ஒவ்வொரு கோதுமைமணியிலும் இது யார் வாய்க்குப் போகவேண்டும் என்று எழுதி அனுப்புகிறான் என்ற பஞ்சாபி சிறு கவிதைதான்.

இயக்குநர்: A.வெங்கடேஷ்

அதுமட்டுமல்ல; ஒரு சந்தர்ப்பத்தில் என்னை அணுகி ஒரு கவிஞர் வாய்ப்புவேண்டிச் சந்தித்தபோது, அவர்சொன்ன ஒரு பல்லவி இச்சம்பவத்துடன் ஒத்துப்போகிறது அப்பல்லவி இதுதான்.

"இருக்கையில் அமாந்துகொண்டு,
இடக்கையை மடக்கிக்கொண்டு–சோற்றுப்
பருக்கையில் எழுதுகின்றான்
பகவான் ஒவ்வொரு பெயரை!
ஓர்வாய்ச் சோற்று உருண்டை இன்று
யார்வாய்ச் சேரவேண்டும் என்று! "

அக்கவிஞர்தான் சதுப்பேரி சுமதி. ஒரு கவிஞர் மட்டுமல்ல, மொழிபெயர்ப்பாளரும்கூட.

இரு வேறுபட்ட சூழலில், இரு வேறுபட்டவர்கள் சொன்ன கருத்தில் உள்ள ஒற்றுமை என்னை அதிகம் சிந்திக்கவைத்தது. அதிலும், ஒரு முதிர்ச்சிபெற்ற வில்லன் நடிகன் நடுயிரவில் சொன்னது நமக்கெல்லாம் பாடம். இதை ஏற்கனவே கவிஞர் கண்ணதாசன் வேறுமாதிரி சொல்லியிருக்கிறார்.

"உனக்கும் கீழே உள்ளவா் கோடி
நினைத்துப் பார்த்து நிம்மதி நாடு!"

* * *

பொய் பொய்தான்

நான் பிறந்தது, வளர்ந்தது, படித்தது தூத்துக்குடி என்றாலும் வறுமையின் காரணமாக என்னோட படிப்பு முடிந்தபோது கோவில்பட்டிக்கு மாறவேண்டிய சூழல். அப்போது எனக்கு 19 (அ) 20 வயசு இருக்கலாம். காலேஜ் முடிந்த தருணம். திக்குத் தெரியாமல் உறவினர்கள் இருந்தும் உதவியில்லாமல் விவரிக்கமுடியாத ஒரு கொடுமையான சூழல். அது வேறு யாருக்கும் வரக்கூடாது என்று ஆண்டவனை வேண்டிக்கொள்கிறேன்.

அப்போது, அங்கே ஒரு தீப்பெட்டிக் கம்பெனி. அதிலே நானாகப் போய் வேலை கேட்கிறேன். வாசலில் முதலாளி நின்றுகொண்டிருக்கிறார்.

"நான் டிகிரி முடித்துள்ளேன். உங்க கம்பெனியில் வேலை கிடைக்குமா?" என்று கேட்டேன்.

"என்ன படிச்சீங்க"? என்று அவர் திருப்பிக் கேட்டார். 'பி.காம்' என்றேன்.

"டைப்ரைட்டிங் தெரியுமா?" எனக் கேட்டார்.

"டைப்ரைட்டிங் இங்கிலீஷ் லோயர் முடிச்சிருக்கேன்" என்றேன்.

ஆனால், ஃபெயில் என்பது எனக்கு மட்டும்தான் தெரியும்.

"அப்படியா, அப்ப நாளையில் இருந்து வேலையில் சேர்ந்திடு" என்றார்.

என் வாழ்க்கையில் நிறைய ஆச்சரியங்கள் இப்படித்தான் நடந்துள்ளன. மறுநாள் அந்தக்

இயக்குநர்: A.வெங்கடேஷ்

கம்பெனியில் வேலைக்குச் சேருகிறேன். டைப்ரைட்டிங் லோயர் தெரியும் என்று பொய் சொல்லிச் சேர்ந்தது எவ்வளவு பெரிய தவறு என்று எனக்கு அப்போது தெரியவில்லை.

தினசரி ஏழு ரூபாய் சம்பளம். வாரத்துக்கு 42 ரூபாய். ஞாயிற்றுக்கிழமை லீவு.

போதாததற்கு அதே அலுவலகத்தில் எனக்கு எதிர்சீட்டில் ஒரு பெண், என்னைவிட 2 (அ) 3 வயது கூடுதலாக இருக்கும். அந்த அலுவலகத்தில் அவள் அக்கவுண்டண்ட் மேனேஜர் எல்லாம். வயசுக்கோளாறு என்பார்களே அதுவோ, என்னவோ! நான் அந்தப் பெண்ணை அவ்வப்பொழுது 'சைட்' வேறு அடித்துக் கொண்டிருந்தேன். இப்படியே இரண்டு வாரம் ஓடியது. இந்த நாட்களில் கொடுக்கப்பட்ட பேப்பர்களில் தப்புத்தப்பாக டைப் செய்வதும், தவறுகளைத் திருத்த அதிகநேரம் எடுப்பதும், கேட்டால் சமாளிப்பதுமாக ஓடியது.

மூன்றாவது வாரம் முதல்நாள்.

'ஏய், உனக்கு டைப் அடிக்கத் தெரியுமா, தெரியாதா?'

இப்படித்தான் முதலாளி கேட்டிருப்பார்கள் என்று நினைப்பீர்கள். அவர் அப்படிக் கேட்கவில்லை. அதற்குப்பதிலாக, ஒரு ஏழெட்டு வருடங்களுக்கு முந்திய வருடத்தின் பைலைக் கூறி, 'அது, அந்தப் பழைய பைல்கள் எல்லாம் கட்டிப் போட்டிருக்கும் பரண்மேலே தேடிப் பாரு' என்றார்.

நானும் காலையில் 9 மணிக்கு பரண்மேல் ஏறினால் 1 மணிவரை தேடியும் அந்த பைல் கிடைக்காது. இருட்டு மேலும் புழுக்கம் வேறு. போதாக்குறைக்கு தேள் இருக்குமா, வேறு ஏதாவது இருக்குமா என்ற பயம் வேறு. வியர்வையும், தூசியுமாக ஒரு மணிக்கு இறங்குவேன். மீண்டும் சாப்பாட்டுக்குப் பிறகு வேறு ஒரு வருடத்தின் பைலை தேடச் சொல்வார். அது இதே போலக் கிடைக்காது. எனக்கு அழுகை அழுகையாய் வரும்.

சுத்தமாகக் குளித்து, பிரஷ் ஆக வேலைக்குப்போன நான், ஒரு பிச்சைக்காரன்போல் வேலை முடியும்போது இருப்பேன். அந்த தூசிப் பரணுக்குள் இப்படியே 3 நாட்கள் என்னை சுத்தலில் விட்டார் அந்த முதலாளி. மூன்றாம் நாள் பரணுக்குள் இன்னொரு பைல் வியர்வையும், தூசியுமாக தேடிக்கொண்டிருக்கும் சமயம், என் மூளைக்குள் ஒரு மின்னல்.

"பி.காம். படிச்ச நம்மை டைப்பிஸ்ட்டாக அப்பாயிண்ட்மென்ட் பண்ணிட்டு, இப்படி பரண் மேலேயே பைலைத் தேடவிடறாரே! இதில் ஏதோ உள்குத்து இருக்குமோ, என எண்ணினேன். பரணில் இருந்து குதித்து நேராக முதலாளி ரூமுக்குப் போனேன்.

"சார் பைல் கிடைக்கலே. "உடனே அவர், வேறு ஒரு வருடத்தின் பைலைச் சொல்ல முயல, இடைமறித்து நான் "சார்! இதுவரைக்கும் 8 பைல்கள் தேடச் சொன்னீங்க. இரண்டு பைல்தான் கிடைச்சது. இல்லாத பைலை ஏன் சார் தேடச் சொல்றீங்க?"

'களுக்'கென்ற சிரிப்பு சிரித்தது, நான் சைட் அடித்த அந்த அக்கவுண்டென்ட் பெண்.

இப்பொழுது ஓனர், "தம்பி, உனக்கு டைப்ரைட்டிங் தெரியாது. ஆனால் தெரியும்னுட்டு வேலைக்குச் சேர்ந்தே. 'நீட்'டாக டிரஸ் பண்ணிக்கிட்டு, பொண்ணு முன்னாடி மினுக்கத் தெரியுதே தவிர வேலை?" என கேள்விக்குறியுடன் நிறுத்த, நான் புரிந்துகொண்டேன்.

"சரி ஸார், அப்ப நான் கிளம்புறேன், கணக்கை முடிக்கச் சொல்லுங்க"

"ம்... ஊஹூம். வேலைபார்த்த இடத்தில் சம்பளம் வாங்கிட்டுக் கிளம்பு. இனி போற இடத்திலாவது பொய் சொல்லாம வேலை தேடு."

'சுர்'ரென்று வந்த கோபத்தை அடக்கிக்கொண்டு கேஷியர் முன்பு கணக்கு முடிப்பதற்காக நின்றேன். அங்கு வந்ததில் சற்று நெருக்கமாகப் பழகியவர் அந்த கேஷியர் மட்டும்தான். கணக்கை முடித்து பணத்தைக் கையில் கொடுத்தார் கேஷியர் நண்பர். பின்னர் ஓனருக்குத் தெரியாமல் என் காதில் கிசுகிசுத்தார்.

"பாஸூ! அந்த அக்கவுண்டன்ட் பொண்ணு ஓனர்கிட்டே போட்டுக் கொடுத்துடுச்சு"

"ஏன்?" நான் கேட்டேன்.

"ஏன்னா, அது ஓனர் ஆளு"

"அடப்பாவி... எப்ப வந்து எதைச் சொல்றே"

இதை, நாம் பழக ஆரம்பிச்சப்போ சொல்லியிருந்தேன்னா இப்படி கணக்கை முடிச்சிருக்க வேண்டாமே!" எனச்சொல்ல,

"இல்ல! ஓனரைவிட நீங்க அழகாக இருக்கிறீங்களா. பாஸூ உங்களுக்கு செட் ஆயிடும்னு நினைச்சேன்"

"போடா... ஆ... ங்க...!" வெளியே வந்தேன்.

அடுத்த வேலை கிடைப்பதற்குள் நான்பட்ட வேதனை எனக்கு மட்டும்தான் தெரியும்.

இப்படி முடிவு செய்வதற்கும் இன்னொரு நிகழ்வு என்னைப் பாதித்துள்ளது. அதுவும் பள்ளியில் படித்த காலம். நான் படித்த பள்ளி கால்டுவெல் பள்ளி. ஒரு கிறிஸ்துவ மைனாரிட்டி நிறுவனம். பல மாணவர்கள் காலையில் 8-45 மணிக்கு வருவார்கள். நான் மட்டும் 8-30 மணிக்கே ஆஜர். அதுவும் பயபக்தியோடு திவ்யமான நீறு, குங்குமப்பொட்டுவைத்த நெற்றியுடன். பள்ளியில் காலையில் நடைபெறும் பிரார்த்தனையில் கலந்துகொள்வேன்.

'சர்வ லோகாதிபனே நமஸ்காரம்
சர்வ சிருஷ்டிகனே நமஸ்காரம்
தரை கடல் உயர் வான்,
சகலமும் படைத்த தயாபரனே நமஸ்காரம்'

என வரும் தோத்திரப் பாடல் பாடிப்பாடி பாராயணமாகிவிட்டது. எனது ஆசான் திரு அருள்ராஜ் அவர்கள் என்னைக் கேட்டார்: 'நெத்தியிலே பட்டை, சிவப்புப் பொட்டு. ஆனால், தோத்திரப்பாட்டு பாடுறே?' அதற்குப் பதில்சொல்ல ஒரு நெருடல் வந்ததுபோலும்.

கணக்காசிரியர் மனக்கணக்கு, மதிக்கணக்கு நல்லா புரியவைப்பார். கண்ணிலே எனக்கு அன்று கட்டம் கட்டிவிட்டார்போலும்.

காலை வகுப்பு. அவர் பாடவேளை. அன்றைய அத்தியாயம், ஒருங்கமை சமன்பாடுகள். ஒரு கணக்குக்கு என்னை விடை கேட்டார். பக்கத்துப் பையன்மூலம் அறிந்துகொண்டு சொன்னேன். ஆனால் அவன்மூலம் என்பதைச் சொல்லவில்லை. அவனைச் சீண்டித் தெரிந்து கொண்டதை அவர் கண்டுபிடித்துவிட்டார். கணித ஆசிரியராயிற்றே!

அவனைக் காட்டிக்கொடுக்க மனமில்லை. பவ்யமாக நானே கண்டுபிடித்ததுபோல பாவ்லா பண்ணினேன். ஆனால், என்னை நையப் புடைத்தார். நெஞ்சாரப் பொய்யா சொன்னாய்? இந்தா வாயாற பிரப்பம்பழம் சாப்பிடு, சாப்பிடு என்று, விளாசி வீசியடித்து விட்டார். என்ன காரணம் ஆனாலும் இனி, பொய்யே பேசக்கூடாது என அழுத்தம், திருத்தமாகத் தீர்மானம் செய்ய இந்நிகழ்வு முக்கிய காரணமாக அமைந்துவிட்டது.

இப்பொழுது தீப்பெட்டி தொழிற்சாலை டைப் பொய் விஷயத்துக்கு வருகிறேன்.

ஏன் பொய் சொல்ல வேண்டும்? எதற்குச் சமாளிக்க வேண்டும்? எனவே, தேவையின்றி பொய் சொல்லக்கூடாது. தேவதை மாதிரி தெரியும் பொண்ணுங்க பக்கம் திரும்பக்கூடாது. இன்றுவரை அதைத்தான் கடைப்பிடிக்கிறேன். நண்பர்களே! தேவையில்லாமல் பொய் சொல்லாதீங்க. என்ன இருந்தாலும் பொய் பொய்தான். தேவதை பக்கம் திரும்பாதீங்க. என்ன இருந்தாலும் சில தேவதைகள் பேய்தான்.

* * *

இயக்குநர்: A.வெங்கடேஷ்

யானை போட்ட மாலை

முட்டாள்... பபூன்... இடியட்... லூசாயா நீ?... இப்படி தப்புத்தப்பாக பண்ணுறியே, ஏன்யா இப்படி இருக்கிற?

ஆரம்பத்தில் இப்படியான திட்டுகளை சினிமாவில் உதவி இயக்குநராக இருக்கும்போது வாங்குவேன். அழுகைஅழுகையாக வரும். தவறான துறையைத் தேர்ந்தெடுத்துவிட்டோமோ? என்று தோன்றும். ஆனால், சினிமாமீது இருந்துவந்த காதல், அந்தத் துயரங்களை எல்லாம் துடைத்துப்போட்டு, அடுத்த வேலையைப்பார்க்க நகர்ந்துவிடும்.

ஒருநாள், மாலை நேரம். ரிக்கார்டிங் ஸ்டுடியோ.

காலை ஆரம்பித்து மாலைவரை, மியூசிக் நோட்ஸ் எல்லாம் கொடுத்து, 'ஆர்கஸ்ட்ரேஷன்' எல்லாம் ரெடியாகும். மாலை தோராயமாக ஆறு மணிமுதல் ஒன்பது மணிக்குள், பாடல் ரிக்கார்டிங் ஆகிவிடும். அப்போதெல்லாம் பாடல் ரிக்கார்டிங்ஸ் ஆவது என்பது இப்படித்தான்.

இப்போதெல்லாம் இசையமைப்பாளர்களே, தனித்தனி ஸ்டுடியோக்கள் வைத்திருக்கிறார்களே! கீ–போர்டினாலேயே, ஏறக்குறைய முழுப்பாடலையும் ரிக்கார்ட்ஸ் செய்துவிடுவார்கள். தேவைப்பட்டால் மட்டுமே வயலின், மற்ற 'லைவ் இன்ஸ்டுருமெண்ட்ஸ்' வாசிக்கிறார்கள். நான் உதவி இயக்குனாராக இருக்கும் சமயத்தில் பாடல் பதிவின்போது கிட்டதத்தட்ட வயலின் மட்டும் குறைந்தது பதினைந்துபேர் வாசிக்க வருவார்கள்.

பார்க்கவே ஒரு கச்சேரிபோல இருக்கும். அந்த மாதிரி சூழலில் காலைமுதல் மாலைவரை ஒரு உதவி இயக்குனராக நான் ரிக்கார்டிங் ஸ்டுடியோவில் காத்து இருந்தேன். மாலை கிட்டத்தட்ட ஐந்து மணியளவில் இயக்குநர் வருகிறார். விஷ் பண்ணுகிறேன். பதிலுக்கு விஷ் பண்ணி அமர்ந்தவர் என்னிடம் 'காஃபி கொடுங்க' என்றார்.

நான் பவ்யமாகத் தலையாட்டி, புரொடக்ஷன் ஆட்களிடம் போய் 'இயக்குநர் காஃபி கேட்கிறார்' என்று கூறிவிட்டு, மீண்டும் இயக்குநர் அருகில் சென்று நின்றுகொண்டேன். இசையமைப்பாளர்களிடம் சிறு விவாதம் செய்துவிட்டு, என்பக்கம் திரும்பி அவர் 'காபி' என்றார்.

'இதோ சார்!' என நான் கூறவும், புரொடக்ஷன் ஆள் காப்பியுடன் நுழைந்து நீட்டவும் சரியாக இருந்தது.

கோபமாய் காபி கப்பைப் பார்த்தவர், என்னிடம் , "என்ன இது?" என்றார்.

"காப்பி கேட்டீங்களே சார்" என்றேன்.

"பூன், அறிவு கிடையாதா உனக்கு? நான் கேட்டது "சாங்க் காபி" என்றார்.

கவிஞர் எழுதிக்கொடுத்த அன்றைய பதிவுக்கான பாடலை, அழகான எழுத்துகளில் காபி எடுத்து வைத்திருப்போம். அதைக் கேட்டிருக்கிறார். மாலை நேரம் 5 மணிக்கு வந்தவுடன் அவர் கேட்டது, இதை எல்லாம் என்மனசு வேறமாதிரி கணக்குப் போட்டு காப்பியை (நகல்)– காஃபி என்று தவறாகப் புரிந்துகொண்டது. அன்றுபட்ட அவமானம் என்னை வேறுமாதிரி மாற்றியது.

'ஏன் இப்படி இருக்கிறோம்?' என எண்ணினேன். விடை கிடைத்தது. அதாவது,

1. புதிதாக இயக்குநரிடம் சேர்ந்ததால் இயக்குநரிடம் பயம்.
2. சரியாகச் செய்யவேண்டும் என்ற படபடப்பில் சொல்வதை நிதானமாகப் புரிந்து கொள்ளாமல் இருப்பது.
3. நாமாக ஒன்றைப் புரிந்துகொள்வது.
4. தெளிவாக மறுமுறை கேட்கத் தயங்குவது.
5. தாழ்வுமனப்பான்மை.

இந்த 5 பாயிண்ட்டுகளைக் கண்டுபிடித்து, அதை ஒவ்வொன்றாக, மாற்ற எனக்கு ஒன்றரை வருடம் ஆனது. அப்பொழுது யோசித்தேன். நாம் நமக்குள் 'ஒரு கமிட்மென்ட்'டுக்குள் மாட்டும்போதுதான் இது எல்லாம் வருகிறது. உதவி இயக்குநராகச் சேரும்முன்பு, ஊரில் இருந்தபோது 'நாம் எப்படி இருந்தோம்' என யோசித்தபோது, நான் ஒரு இன்டர்வியூ அட்டென்ட் பண்ணியது நினைவுக்கு வந்தது. கொஞ்சம்கூட பதட்டம் இல்லாமல் வேலை கிடைக்கணும்னு அப்படி என்ற பரபரப்பு இல்லாமல், நாற்பது பேர் 'அட்டெண்டு' பண்ற 'இண்டர்வியூவில' உங்களால் 'ரிலாக்ஸ்' ஆக இருக்கமுடியுமா?

நான் இருந்தேன்! அதற்குக் காரணம் பக்குவமில்லை.

நான் அந்த இன்டர்வியூவுக்காகப் போகவில்லை, அந்த இண்டர்வியூவைக் காரணமாக வைத்து, எங்கள் ஊர் தூத்துக்குடியில் ரிலீஸ் ஆகாத, அந்த ஊர் திருநெல்வேலியில் ரிலீஸ் ஆகியிருந்த படத்தைப் பார்க்கப் போயிருந்தேன்.

இன்டர்வியூ எப்படா முடியும்? என்ற மனநிலைமையில்தான் நின்றுகொண்டிருந்தேன். மீதி, 39 பேருக்கும் டென்ஷன். ஆனால், முதலில் 'செலக்ட்' ஆனது நான்தான். எப்படின்னு கேக்கறிங்களா?

அழைக்கப்பட்டு இண்டர்வியூ ஹாலுக்குள் நுழைகிறேன். தேர்வுசெய்யும் குழுவில் இருவர் அமர்ந்திருக்கிறார்கள். இருவருக்கும் வணக்கம் வைத்தேன்.

"உங்க பேரு?" சொன்னேன்.

"ஏன் இந்தப் பத்திரிகையில் வேலைக்குச் சேரணும்னு நினைக்கிறீங்க?"

"நம்ம பத்திரிகையில்தான் (கவனிக்கவும்: "நம்ம") சினிமா நியூஸ் நிறைய போடுவீங்க. அதனால சினிமா ரிப்போர்ட்டர் ஆகி, அப்படியே ஒரு டைரக்டர் ஆகிடலாம்னுதான்" உண்மையைச் சொன்னேன்.

அவர்கள் ஒருவரை ஒருவர் பார்த்துக் கொண்டார்கள். இண்டர்வியூ தொடர்ந்தது.

"ஒருவேளை உங்களை சினிமா ரிப்போர்ட்டர் ஆக்கலேன்னா?"

"சினிமாவில்சேர வேற வழி கண்டுபிடிப்பேன்"

அவர்களிடம் புன்னகை.

"அப்ப எங்க பத்திரிகையில் வேலை தற்காலிகம்தானா?"

"நீங்க என்னை செலக்ட் பண்ணா 'பெர்மனென்ட்' வேலை உடனே கொடுத்திடறேன்னா, இப்பவே 'அக்ரிமெண்ட்' போட்டு சேர்ந்துடுறேன்."

"இல்ல, முதல்ல சில வருடங்கள் தற்காலிகம்தான்"

"அப்போ நான் சேர்வதும் தற்காலிகம்தான்"

அந்த வயசில சில திமிரான பதில்களுக்குப் பேரு 'தன்னம்பிக்கை'ன்னு நெனைச்சாங்களோ என்னவோ இண்டர்வியூ தொடர்ந்தது.

"டெய்லி பத்திரிகை வாசிக்கிற வழக்கம் உண்டா?"

"நம்ம பத்திரிகை மட்டும்" (அதில் சினிமாச் செய்திகள், துண்டு துணுக்குகள், சினிமா விளம்பரங்கள், மட்டும்தான் கூர்ந்து படிப்பேன் என்பது வேறுவிஷயம்)

"சரி, இன்னிக்கு தலைப்புச் செய்தி என்ன?"

அவர்கள் கேட்டதும் நடுங்கிவிட்டேன். ஏனெனில், அன்று நான் பேப்பரே பார்க்கவில்லை. இருப்பினும் சமாளித்தேன்.

"இண்டர்வியூ வர்ர பரபரப்புல பேப்பர் படிக்கல"

உற்றுப்பார்த்தார். உதறலைக் காண்பிக்காது நின்றேன்.

"ஆமா, ஏன் இவ்வளவு முடிவளர்த்து இருக்கீங்க?" அப்போ ஸ்டெப் கட்டிங்ஸ் ஃபேஷன். இருந்தாலும், நான், "நம்ம பத்திரிகையில் வேலை கிடைச்சதுன்னா திருச்செந்தூர்ல மொட்டை போடுறதா வேண்டி இருக்கேன்" என்றேன்.

ஒருவரை ஒருவர் பார்த்துச் சிரித்தார்கள். இடதுபுறம் இருந்தவர் சொன்னார், "தம்பி நீங்க செலக்டட்"

"தாங்க்ஸ் சார்."

"ஏன் செலக்ட் பண்ணினோம் தெரியுமா?"

"தெரியல"

"நிறைய பொய் சொல்றீங்க. ஆனால், ரசிக்கும்படியாக இருக்கு. சமாளிக்கிறீங்க. அதுவும் புத்திசாலித்தனமா இருக்கு அதான்"

"தாங்க்யூ சார்"

"சரி, எந்த ஊரிலே போஸ்டிங்ஸ் வேணும்?"

“எந்த ஊர்லேன்னாலும் ஓகே சார்”

வெளியே காத்திருந்தவர்களுக்கு ஆச்சரியம்; இவனை எப்படி செலக்ட் பண்ணினார்கள் என்று. நானோ வேலைகிடைத்த மகிழ்ச்சியைக்கூட கொண்டாடத் தெரியாதவனாக சினிமாவுக்குப் போய்விட்டேன். அன்று, என்னை இண்டர்வியூ செய்த பெரியவர்கள் தினத்தந்தி அதிபர் அமரர் ஐயா. சிவந்திஆதித்தன் அவர்கள்.

அமரரின் தினத்தந்தி முதன்மை ஆசிரியர் திருவடி ஐயா அவர்கள்.

அந்த மாபெரும் பத்திரிகை ‘தினத்தந்தி’யில் பணியாற்றிய மாதங்கள் மிகச் சிலதான். ஆனால், கற்றுக்கொண்ட விசயங்கள் இன்றுவரை என்னை வழிநடத்தும் உன்னத பாடங்கள். அய்யா சிவந்திஆதித்தன் அவர்களின் சாப்பாட்டையும், திருவடி ஐயா அவர்களின் ஊக்குவிப்பதுவும், நான் உருப்பெற்றதும், பின்னால் உருப்பட்டதும் ‘தினத்தந்தி’ என்ற பாசறையில் பட்டை தீட்டப்பட்டதால். அதைப்பற்றி எழுத வேண்டுமானால், தனிப் புத்தகமே போடலாம்.

என்னை வார்த்தெடுத்த ஒரு பட்டறை ‘தினத்தந்தி’ என்றால் அது மிகையல்ல. அங்குதான் முதல் சினிமா விமர்சனம் எழுதினேன். ஆங்கிலச் செய்திகளை தமிழ்ப்படுத்தினேன். நிருபராக களப்பணி ஆற்றி, நிறைய உலக அனுபவம் கண்டேன். இப்படி, நிறைய நான் நானாக என்னை அறிந்தது அங்கேதான்.

திருச்சியில் ‘மாலை மலர்’ பத்திரிகை தொடங்கியபோது, அங்கு பணிபுரியத் தொடங்கி, மதுரை மாலை மலரில் ட்ரான்ஸ்ஃபர் ஆகிவந்து, பின் பணியை விட்டுவிட்டு, சினிமாவுக்காக சென்னை வந்தேன். இந்த இடைப்பட்ட காலம் கோவில்பட்டியில் சில மாதங்கள் ஓடியது. கோவில்பட்டியில், மேட்ச் ஃபேக்டரியில், வேறுசில இடங்களிலும் பணியாற்றும்போதெல்லாம் “ஏண்டா பத்திரிகை வேலையைவிட்டோம்” என வருந்தினேன். அதன்பின், சென்னைவந்து சிரமங்களை எதிர்கொள்ளும்போது இதே சிந்தனைதான் வந்துபோகும்.

ஆனால், ‘தினத்தந்தி’ என்ற யானைதான் என் திறமையை அங்கீகரித்து, முதலில் என் கழுத்தில் மாலை போட்டது. களப்பணி ஆற்றுதல், சிக்கல்களை எதிர்கொள்ளுதல், சுறுசுறுப்பு, வேகம், விவேகம் போன்றவற்றைக் கற்றுத்தந்த அந்த ‘தினத்தந்தி’யின்

வாசம், என் சுவாசத்தில் இருந்ததால் போராடி என் இலக்கை அடைந்தேன். இப்போதும் என் காதில் அமரர் ஐயா திருவடி அவர்கள் சொன்னது ஒலிக்கிறது:

"யோவ்! முடியும்யா, முயற்சி பண்ணுங்கய்யா, நாமதான் செய்யணும்னு முடிவு பண்ணினீங்கன்னா செஞ்சிடுவீங்கய்யா."

நன்றி, என் 'தினத்தந்தி'க்கும் அதன் தோழமைக்கும்.

* * *

இயக்கநர்: A.வெங்கடேஷ்

காதல் வளர்த்தேன்

“நல்ல ருசியான பழரசம். குளுகுளுன்னு சர்பத்... வாங்க அய்யா வாங்க... அம்மா வாங்க... அய்யா வாங்க...”

–இப்படி பஸ் ஸ்டாண்டில் உள்ள சர்பத் கடைகளில் கூவி அழைக்கக் கேட்டிருப்பீர்கள், பார்த்திருப்பீர்கள். அப்படி ஒரு சர்பத் கடையில் நீங்கள் வேலைபார்த்து இப்படி கூவிக்கூவி அழைக்கும்போது, உங்கள் முன்னாள் காதலி நின்றால் எப்படி இருக்கும்?

“வசந்த காலங்கள்... இசைந்து பாடுங்கள்...”

“ஈரமான ரோஜாவே... என்னைப் பார்த்து மூடாதே...”

“ராசாத்தி உன்ன... காணாத நெஞ்சு...”

இப்படிப்பட்ட பாடல்கள் கேட்டும், ரசித்தும் வளர்ந்த காதல் அது. என் வீட்டுக்கு அடுத்த வீடு அவளது வீடு. தீயாக எரிந்த காதல் அது. அப்போதெல்லாம் செல்போன், சோஷியல் நெட்ஒர்க் இல்லை. வெறும் கண்ணும், கடிதமும்தான்.

அவள் வீடு வாசல் பெருக்குவாள். நான், என் வீட்டு வாசலில் நின்று பார்ப்பேன். தண்ணீர் தெளிக்கும்போது டக்கென்று வாளியைப் பிடித்திருக்கும் கையின் உள்ளே இருக்கும் கடிதத்தை (32ஆக மடிக்கப்பட்டது) எடுத்து வீசுவாள். கோலம் போடுவாள். பின், உள்ளே போய்விடுவாள்.

சற்றுநேரம் கழித்து, யாரும் பார்க்கவில்லை என உறுதிசெய்து, அவள் வீடு கடந்து போவேன்.

சடாரென்று குனிந்து அக்கடிதத்தை எடுத்துக் கொள்வேன். அவள் ஜன்னலில் இருந்து இதைப் பார்ப்பாள்.

'கண்மணி நீ வரக் காத்திருந்தேன்

ஜன்னலில் பார்த்திருந்தேன்'

பின்னணியில் பாடல், கடிதத்தை தனியேவந்து பிரித்துப் பார்த்தால் காதல் சொட்டும் வரிகள்.

அப்புறம், அவள் வீட்டின் அருகே ஒரு சந்து. அந்தச் சந்துக்குள் உள்ள சுவர் விரிசல்களில் கடிதத்தைச் சொருகிவிட்டு சென்றுவிடுவாள். யாருக்கும் தெரியாமல் சென்று எடுத்து படித்துப் பார்ப்பேன்.

என் உடையில் இருந்து என் அழகை, நடை உடை பாவனைவரை வர்ணித்திருப்பாள். கூடவே, அன்றைய 'புரோகிராம்' வரை எழுதியிருப்பாள். நானும் 'விடாது கருப்பு' என்பதுபோல அவளைத் தொடர்வேன். நான் அவளைத் தொடர்ந்து வருகிறேன் என்பது அவளுக்கு மட்டுமே தெரியும்.

கண்பேசும் வார்த்தைகளில் காதல் வளர்ந்தது.

கடையில் அவள் பெயர்எழுதிய விளம்பர போர்டுகளில் தரிசனம் செய்யும் அளவுக்கு காதல் வெறி. அவள் பெயர் இருக்கும் கடையில் முடிவெட்ட மூணு கிலோமீட்டர் போவேன். சுமாரான கட்டிங்தான் என்றாலும் கடைக்கு அவள் பெயரல்லவா?

ஒருநாள், அவள் படிக்கும் கல்லூரியில் 'இன்டர்காலேஜ் காம்படிஷன்' நடப்பதாகத் தகவல். அனைத்துக் கல்லூரிகளும் கலந்துகொள்ளும் விழா.

நுழைவுக் கட்டணம் வேறு.

காசு கொடுத்து டிக்கட் வாங்க என்னிடம் பணமில்லை. அவளோ 'நீங்க வரணும்' என உத்தரவு போட்டிருக்கிறாள். என்ன செய்ய? உடனே, காலேஜ் பசங்களைக் கூட்டினேன்.

"டேய், நாம அந்த லேடீஸ் காலேஜில் நடக்கிற 'இன்டர்காலேஜ் காம்படிஷன்'ல கலந்துக்கணும். டிக்கட் எடுக்காமப்போக ஒரு ஐடியா"

"என்ன?" ஆர்வமாகக் கேட்டனர்.

"நாம, நடக்கிற காம்படிஷன்லே ஒரு நாடகப் போட்டியில் கலந்துக்கிட்டா டிக்கட் எடுக்காம விழாவுக்குப் போயிடலாம்"

"சரி! டிராமா யார் எழுதுறது?"

"நான்தான்" என்றேன். சந்தேகமாகப் பார்த்தனர்.

"டேய், இஷ்டம்னா வாங்க. இல்ல நான் வேற குரூப் செட் பண்ணிக்கிறேன்"

"சரிசரி, வர்றோம்"

இரண்டே நாளில் நாடகம் எழுதி முடித்தேன். அதில், ஒரு பெண் வேடம் வந்து தொலைத்தது. லேடீஸ் காலேஜில் நடக்கிற விழாவுக்கு செம லுக்கா வரணும்னு நினைச்சு, பசங்க யாரும் அந்த லேடி கேரக்டர் பண்ணத் தயாரா இல்ல. வேறுவழியில்லாம நானே அந்த லேடி கேரக்டரைப் பண்ண முடிவு பண்ணினேன்.

வேறவழி?

நாடகம், கல்லூரி, அவள், மீண்டும் பார்வை பரிமாற்றம்.

அவள் தோழிக்கு என்னை அறிமுகம் செய்கிறாள். நாடகப் போட்டியில் எங்களுக்கு இரண்டாம் பரிசு. தனியாக அவளிடம் பரிசைக் காண்பிக்கத் தேடுகிறேன். அவளைக் காணவில்லை.

ஏன் சொல்லாமல் போனாள்? எங்கே போனாள்? தேடினேன். களைத்து வீடு திரும்பினேன். மறுநாள். அதற்கடுத்தும் மறுநாள். அவளைக் காணவில்லை. ஒரு வாரம் இப்படியே போனது. காதல் சோகப் பாட்டுகளைக் கேட்கிறேன். அப்போது, எங்கள் தெருவில் மெக்கானிக் கடை வைத்திருக்கும் மூர்த்தி என்னை அழைத்தார்.

"இந்த ஆளு நம்மளை எதுக்குக் கூப்பிடுறாரு?" என்று யோசித்தபடி அருகில் சென்றேன்.

"என்னண்ணே?"

"நீ அந்தப் பிள்ளைய லவ் பண்றியா?"

"யார்?"

"அதாம்லே" பேரைச் சொன்னார்

"இல்லியே"

"தெரியும்லே. தண்ணி தெளிக்கிற மாதிரி லெட்டர் தர்றது, சுவத்து விரிசல்ல வைக்கிறது, அத நீ எடுக்கிறது"

அடப்பாவி! எல்லாத்தையும் பாத்து இருக்கிறான். தலைக்குமேலே வெள்ளம் போயாச்சு. இனிமே என்ன? தைரியமாகச் சொன்னேன்.

"ஆமாம், லவ் தான். என்ன இப்போ?"

"அது ஒண்ணுமில்லே, காலேஜ்ல ஒரு பங்ஷன் நடந்ததுல்லா, அங்க இவ லவ் பண்ற பையன் வந்து பேசியிருக்கான். டீச்சர் பாத்துட்டாங்க. பெரிய பிரச்னை ஆயிடுச்சல்லா. அதான், அவளை ஊருக்கு கூட்டிப் போயிட்டாக..."

"நான் பேசினத யாரும் பாக்கலியே"

"எலே! கோட்டியா உனக்கு? அவன் "அந்த காலேஜ்"பய..."

வேற ஒரு காலேஜ் பெயரைச் சொன்னார். திக்கென்றது. என்னைமாதிரியே இன்னொருத்தனையும் காதலிச்சிருக்காளா?"

"சே...சே! இந்த ஆளு ஏதோ விடுறான். பொறாமை"

வேகமாக அங்கிருந்து நகர முயல,

"எலே! ஒரு நிமிஷம். அவ லட்டர் எல்லாம் மறுபடி ஒரு தரம் எடுத்துப்பாரு, புரியும்"

"இதுல உங்களுக்கென்ன அக்கறை?"

"உங்களுக்கெல்லாம் முன்னாடி நான்தான்ம்லே சீனியர். போலே, போ போக்கத்தவனே. லவ்வாம் லவ்! கலி முத்திப்போச்சுடெ"

ஒண்ணுமே புரியல. வேகவேகமாக வீடுவந்து, என் ரகசிய அறைக்குள் வந்து பெட்டியைத் திறந்து பார்த்தால் அங்கு கடிதங்களைக் காணவில்லை.

பார்த்துப் பார்த்து ரசித்தது, படித்துப் படித்து மகிழ்ந்தது. நினைத்து நினைத்து உருகியது, எல்லாத்துக்கும் காரணமான அந்தக் கடிதங்கள். எப்படி காணாமல் போயிருக்கும்? எதுவுமே புரியல.

மறுநாள், என் அண்ணன் வந்தார்.

அன்று என்னிடம் ரொம்ப சகஜமாக, ஃப்ரியாகப் பேசினார். "வா வெளியே, ஓட்டலுக்குப் போய் சாப்பிடுவோம்" என்று அழைத்துப் போனார்.

ஓட்டலில் "என்ன சாப்பிடற?" அண்ணன் கேட்டார்.

"சரிதான். லெட்டர் இவர்கிட்டேதான் இருக்கு." மனசுக்குள் தோன்றியது. இருந்தாலும் வெளிக்காட்டாமல் "ரவா தோசை" சொன்னேன். ஆர்டர் கொடுத்தார்.

இயக்கநர்: A.வெங்கடேஷ்

அது வருவதற்குள் நான் நினைச்சமாதிரியே 'டாபிக்' மெல்ல ஓபன் பண்ணினார்.

"நீ அந்த காலேஜ் கேர்ஃளை லவ் பண்றியா?"

"எந்த காலேஜ்? எந்தப் பொண்ணு? யாருண்ணே?"

"டேய், நான் உனக்கு முன்னாடி பொறந்தவன். எந்த ரகசியம் என்றாலும் பாதுகாத்துவிடலாம். ஆனால் இந்தக் காதல், கத்திரிக்காய், கருணைக்கிழங்கு இருக்குதே! அதை மூடி மறைக்க மறைக்க, பிதுங்கி பிச்சிக்கிட்டு உடனே வெளிவரும். இதோ பார்! என்று பையில் கைவிட்டார்.

மொத்தமாக எடுத்து நீட்டினார். அவை, நான் தேடிப்பார்த்து காணாமல் போயிருந்த காதல் கடிதங்கள்.

"நல்லா பாரு. ஒன்று பென்சிலில் எழுதியிருக்கு. இன்னொன்று பால்பாயிண்ட் பேனாவில் எழுதியிருக்கு. அடுத்தது பவுண்டன் இங்க் பேனாவில். இன்னொன்று பென்சில், பேனா இரண்டிலும் கலந்து எழுதியிருக்கு"

அவர் சொன்னது உண்மைதான்.

அதுமட்டுமல்ல, கையெழுத்தும் ஒவ்வொன்றிலும் வித்தியாசம் தென் பட்டது.

அண்ணன் தொடர்ந்தார்.

"மாட்டிக்கொண்டால், நான் எழுதவில்லை, எனது கையெழுத்து இல்லை என்று சமாளித்துக்கொள்ள, முதலிலேயே திட்டம்போட்டு இப்படி பல்வேறுவிதமா எழுதி அனுப்பியிருக்கா. இதுக்குப்பேர் காதலாடா?"

"சுரீர் என்றது. ராட்சஸி.

இன்றைய ஃபான்ட் வகைகளை அன்றே அவள் கடிதங்களில் காட்டியிருந்தாள்.

அப்போ, மெக்கானிக் சொன்னது சரியா?

ஆள்மாற்றி, தாள் மாற்றி லவ் லெட்டர் பித்தலாட்டங்கள் செய்து என்னை மட்டுமல்ல; வேறுசிலரையும் பித்தம்பிடிக்கச் செய்திருக்கிறாள்"

அவசரப்பட்டு பொய்க்காதலில் சிக்கிக்கொண்டு சிதறிப்போக இருந்தோமே என, நான் உணர்ந்தேன். என்னைப் பொறுத்தவரையில், காதல் 'கொடுப்பினை' எனக்கில்லை என்றாலும், காதல் படிப்பினை எனக்கு அணுஆயுதக் கவசம்போல அமைந்துவிட்டது. வாழ்க்கையில் சிலசமயம், சில திடமான தீர்மானம் எடுக்க வேண்டியதாக இருக்கும். சில நிகழ்ச்சிகள் அப்படி செய்யவும் வழிவகுக்கும். வயசுக்கோளாறு வரலாற்று அனுபவத்தையே கொடுத்துவிடும். அன்றிலிருந்து காதலுக்கும் எனக்கும் ரொம்ப தூரம்.

இப்போ 'கட்–டு–பஸ் ஸ்டாண்டு'

அவள் ஜூஸ் குடித்துக் கொண்டிருக்கிறாள். பக்கத்தில் அவள் அப்பா, அம்மா, அண்ணன் என அனைவரும் குடித்துக் கொண்டிருக்கிறார்கள்.

நான் அவர்கள் பக்கம் பார்வையைத் திருப்பாமல், போவோர் வருவோரை 'அம்மா ஜூஸ் சாப்பிடுங்க... அய்யா ஜூஸ் சாப்பிடுங்க... கூலான சர்பத்' என கூவிக்கூவி கூப்பிட்டுக் கொண்டிருந்தேன். அவளும் தன் குடும்பத்தோடு ஜூஸைக் குடித்துவிட்டு, நிதானமாக கிளாஸை வைத்துவிட்டு வந்த பஸ்ஸில் ஏறிச் சென்றாள்.

பஸ் போகும்போது ஒரு கணம் என்னையும் அறியாமல் பஸ்ஸைப் பார்க்கிறேன். பஸ்ஸூக்குள் இருந்த அவள் திரும்பி என்னைப் பார்த்து சிரித்தாள் என்று நீங்கள் நினைத்தால் தவறு. அவள் என்னைத் திரும்பிக்கூட பார்க்கவில்லை.

காற்றில் அசைந்த அவளது கூந்தலை சரிசெய்து, ரொம்ப இயல்பாக பஸ்ஸில் அமர்ந்திருந்தாள். பஸ் போய்விட்டது.

ஒருவேளை, வறுமையில் நாம உருக்குலைஞ்சுட்டோமே, அதனால நம்மை அவளுக்கு அடையாளம் தெரியலையோ? என மனசு யோசிக்க,

"டேய்! அவளுக்கு உன்னை தெரிஞ்சா என்ன? தெரியாவிட்டால் என்ன? உன் பிழைப்போ நாறப் பொழப்பா இருக்குது. இதிலே ஃபீலிங்ஸ் வேறே"

புத்தி சொன்னது.

மௌனமாக நான் இருக்க, சர்பத் கடை முதலாளி கத்தினார்.

"எலே, கஸ்டமரைக் கூப்பிடாம அங்கென்ன ரோசனை?" சுதாரித்துக் கத்த ஆரம்பித்தேன்.

'அம்மா வாங்க, அய்யா வாங்க, கூலான சர்பத்து" அன்னியிலிருந்து ஒரு பத்து நாளைக்கு என் மனசு கூலாகவில்லை. இப்போது தோணுகிறது.

சமீபத்தில் படித்த ஒரு கவிதையின் வரிகள்:

"என் மனசுக்குப் பிடித்ததெல்லாம்

உடைந்தேதான் இருக்கின்றன"

* * *

நதிபோல ஓடு

மகாபிரபு, செல்வா, நிலாவே வா, பூப்பறிக்க வருகிறோம்.

இந்த நான்கு படங்கள் இயக்கியபிறகும், நான் 'டூவீலரில்'தான் சுற்றிக் கொண்டிருந்தேன் என்றால் தெரிந்துகொள்ளுங்கள்! நான் சம்பாதிக்கத் தெரியாத எவ்வளவு பெரிய இளிச்சவாயன் அல்லது சம்பளம் உயராமலேயே படங்கள் பண்ணியவன் அல்லது விதிச்சது அவ்வளவுதான். இதில் எதுவோ ஒன்று. அதை விடுங்கள்.

நான்காவதாக நான் இயக்கிய 'பூப்பறிக்க வருகிறோம்' படத்தில் நடிகர்திலகம் சிவாஜி அவர்கள் முக்கிய கதாபாத்திரமாக நடித்திருந்தார். படம் பார்த்துவிட்டு, அவரே என்னை அழைத்தார்.

அவரது 'அன்னை இல்லம்' சென்றேன். "படம் ரொம்ப நல்லாப் பண்ணியிருக்கே, எனக்கு ரொம்ப பிடிச்சுதுய்யா. சிவாஜி ஃபிலிம்ஸ்க்கு ஒரு படம் பண்ணு. ராம்கிட்டே சொல்லியிருக்கேன். போய்ப் பாரு" –என்ற அவரின் வார்த்தைகளின்படி மறுநாள் சென்றேன்.

சிவாஜி பிலிம்ஸில் திரு.ராம்குமார் அவர்கள் இருந்தார்கள். பிரபு அவர்களை வைத்து படம் இயக்க கதை சொல்லச் சொன்னார்.

சொன்னேன். என்ன காரணமோ அது நடக்கவில்லை.

ஆனால், சிவாஜி ஐயா அவர்களால் எனக்குக் கிடைத்த பெரிய அங்கீகாரமாகவே அதை

இயக்கநர்: A.வெங்கடேஷ்

எடுத்துக்கொண்டேன். அதன்பின், அடுத்த படவாய்ப்புகளுக்காகக் காத்திருந்தேன்.

அந்தசமயம் நண்பரொருவர், "சார், ஒரு தயாரிப்பாளர் படம் பண்ண லண்டனில் இருந்து வந்திருக்கார். அவரே இயக்குகிறார். நீங்க ஸ்கிரிப்ட் சைட் வைத்து வொர்க் பண்ணித் தரமுடியுமா?" எனக் கேட்டார்.

என்னடா, வித்தியாசமான 'டீலா' இருக்கே. "சரி, பார்க்கலாம்" எனக் கிளம்பினேன்.

அந்த இயக்குநர்-கம்-தயாரிப்பாளர் நன்றாக இனிமையாகப் பேசினார். இந்தப் படம் முடிந்ததும் அடுத்து உங்க இயக்கத்தில் நம்ம பேனர்ல படம் பண்ணலாம் என்றார்.

(இது எல்லோரும் சொல்வதுதான்) பின் கதையைக் கூறினார். ரொம்ப சுமாராக இருந்தது.

"இந்தக் கதையைத்தான் பண்ணணுமா?" எனக் கேட்டேன்.

"கண்டிப்பா சார். வேற கதை என்ற யோசனையே வேணாம்." பிடிவாதமாக மறுத்தபின், முடிந்தவரை என் அனுபவத்துக்கு திரைக்கதையை மெருகு ஏற்றிக் கொடுத்தேன்.

"உங்கள் சம்பளம்?" என்றார். "எதுவும் வேண்டாம் சார். வந்ததுக்காக என்னால் முடிந்தவரை மெருகு ஏற்றியுள்ளேன், வருகிறேன்" எனக் கிளம்பி விட்டேன். 15, 20 நாள் வேலை செய்துவிட்டு இப்படி கிளம்பி வந்துவிட்டேன்.

இது என் இயல்பு.

அந்தப் படம், பரவாயில்லாமல் போனது. அதே இயக்குநர்-தயாரிப்பாளர் மீண்டும் ஒரு படம் இயக்கினார். இம்முறை அழைப்பு வரவில்லை. நானும் போகவில்லை.

அடுத்து, இன்னொரு 'டிஸ்கஷன்' ஷங்கரிடம் உதவியாளராக இருந்த திரு. மாதேஷ் கூப்பிட்டார். போனேன். தொடர்ச்சியாக 20 நாட்கள் நடந்தது. திடீரென்று ஒருநாள் பேசிக்கொண்டிருந்தபோது, என் கல்லூரியில் நடந்த ஒரு கலாட்டா சம்பவத்தைச் சொன்னேன்.

"யோவ்! சூப்பரா இருக்கே. இதைவச்சே ஒரு கதை ரெடி பண்ணலாம்யா?" எனக் கூறினார்.

உடனே, அந்தக் கதைக்கு திரைக்கதை அமைக்க முடிவு பண்ணினோம். திரைக்கதை அருமையாக வந்தது. ஒரு நம்பிக்கைக் குரல் 'இந்தக் கதை வெற்றிபெறும்' என் மனசுக்குள் கேட்டது.

“யோவ், இந்தக் கதைக்கு யார் ‘சூட்’டாவாங்க?” எனக் கேட்டார்.

நான் “பிரசாந்த்” என்றேன்.

“சூப்பர்யா” என்றவர், உடனே மளமளவென்று காரியத்தில் இறங்கினார்.

அதுதான், ‘சாக்லெட்’ திரைப்படம்.

கிட்டத்தட்ட தேவர் பிலிம்ஸ் தயாரிப்பாளர் திரு. சாண்டோ எம்.எம்.ஏ. சின்னப்பாத்தேவர் அவர்களைப்போல மாதேஷும், அவரது தம்பியும் இயக்குநருமான திரு. எம்.ஏ.திருமுகம்போல நானும் இணைந்து செயல்பட்டு வெற்றியை ஈட்டிய படம் சாக்லெட்.

திரையுலகில் எனக்கு மிகப்பெரிய திருப்புமுனையைத் தந்த படம் அது

“மலை மலை, மருதமலை” என ரிக்கார்டு ஆகி, “மலை மலை மல்லேமலை”– என படத்தில் மாற்றம்பெற்று, பெரிய ஹிட் அடித்த பாடல் இடம்பெற்றது இந்த சாக்லெட் படத்தில்தான்.

அந்தப் பாடலின் ‘கம்போஸிங்’குக்காக திரு.தேவா அவர்களிடம் பிரசாத் ஸ்டுடியோவில் காலை 7 மணிக்கு அமர்கிறேன். 7–20க்குள் கம்போஸிங்கில் இரண்டு ட்யூன் வந்தது. இந்த இரண்டில் ஒண்ணு ஓ.கே. பண்ணிக்கலாம்” என முடிவுசெய்து கிளம்புகிறேன். “போதுமா?” தேவா சார் கேட்கிறார்.

“ஆமாம், இந்த இரண்டிலே ஒண்ணு கண்டிப்பா ‘ஓகே’.

போய் மாதேஷிடம் ஆலோசித்துவிட்டு நாளைக்கு வரேன். நாளை மாலை ‘ரிக்கார்டிங்’ என கூறிவிட்டுக் கிளம்பினேன்.

“யோவ்! அந்த முதல் ட்யூனே சூப்பரா இருக்குல்ல?” மாதேஷ் சொல்கிறார்.

“கை குடுங்க... நானும் அதேதான் நினைக்கிறேன்”

“சரி, இனிமேல்தான் அஸிஸ்டென்ட்ஸ் மத்தவங்க எல்லாம் வருவாங்க. நாம செலக்ட் பண்ணினத சொல்லாம, அவங்ககிட்டே எது பிடிச்சிருக்குன்னு கேட்போம்” எனக் கூறினார்.

நம்ப மாட்டீர்கள். சொல்லிவைத்த மாதிரி, ஒட்டுமொத்தமாக அனைவரும் அதையே தேர்வு செய்தார்கள்.

திரு.வாலி அவர்கள் ஒரே நாளில் பாடல் வரிகளை எழுதிக்கொடுக்க, பாடல் ஒலிப்பதிவு ஆனது. அப்போது, இந்தப்

பாடல் அனைவரும் ரசிப்பார்கள் என எண்ணினோம். ஆனால், இவ்வளவு பெரிய ஹிட் ஆனது இறைவனின் அருள்தான்.

பாருங்கள்!

நான் இப்படி ஒரு படம் இயக்கணும் என திட்டம் எதுவும் போடவில்லை. பணம் எதிர்பார்க்கவில்லை. கிடைத்த வாய்ப்புகளை திறமையைக்காட்டி ஓடிக் கொண்டிருந்தேன். ஒரு வெற்றியை இறைவன் எனக்கு அளித்தான். இப்பவும் வாலி அவர்களின் வரிகள் அவ்வப்போது ஞாபகம் வரும்.

“நீ நதிபோல் ஓடிக் கொண்டிரு.

எந்த வேர்வைக்கும் வெற்றி ‘வேர்’ வைக்குமே”

என்பதுதான்.

நாம் பெரிசா திட்டம் போடறது எல்லாம் எங்கெங்கேயோ போய், முட்டிக் கிட்டு நிக்கும். கிடைத்ததில் ஈடுபாட்டோடு இறங்கினால், வெற்றி வீடு தேடி வரும். என்ன கொஞ்சம் தாமதம் ஆகும். அவ்வளவுதான். உதாரணம் இன்னொன்று சொல்கிறேன்:

ஒருமுறை, தெலுங்கில் பிரபல தயாரிப்பாளர் ஒருவருக்குக் கதைசொல்ல ஒரு ஸ்டில் போட்டோகிராபர்மூலமாகச் சென்றேன்.

“அவர் பெரிய தயாரிப்பாளர் சார்! கதை மட்டும் ஓகே பண்ணிட்டீங்கன்னா, நீங்க தெலுங்கு ஃபீல்டிலே ஒரு ரவுண்ட் வரலாம்”

பெரிய எதிர்பார்ப்புடன் அவர் முன்பு அமர்கிறேன்.

“நமஸ்காரம் சார்”

“ஆங், தம்புடு. நம்ம படத்தில விக்டரி வெங்கடேஷ்தான் ஹீரோ. உங்க சப்ஜெக்ட் அவருக்கு ‘செட்’ ஆகும்ல?”

“கண்டிப்பா சூப்பர் செட் ஆகும் சார்”

“ம்… சொல்லுங்க”

தொண்டையை இருமிக்கொண்டு ஆரம்பித்தேன்.

“சார், ஓபன் பண்ணா பத்து ஜீப் இஸ்ஸூ இஸ்ஸீன்னு வருது”

“ஸ்டாப்… ஸ்டாப்…” எரிச்சலாக அவர்கூற, அதைவிட எரிச்சலாக நான் பார்த்தேன்.

“கதையைச் சொல்லுங்க” –என்றார்.

“கதையைத்தான் சொல்ல ஆரம்பிச்சேன்” – நான்.

“தம்புடு, எனக்கு கதையை மட்டும் சொல்லுங்க. பிடிச்சிருந்தா முழுசா கேட்கலாம்”

“சாரி சார். இப்படி சொல்லித்தான் பழக்கம்” கிளம்பத் தயாராயிட்டேன்.

“சரி, இந்தியன் பாத்துட்டீங்களா?”

“ஆமா”

“அந்த கதையைச் சொல்றேன் கேளுங்க” என்ற அந்த தயாரிப்பாளர், சரியாக ஐந்து நிமிடத்தில், அதிகபட்சம் எட்டு நிமிஷம் இருக்கலாம். கதையைக் கூறி முடித்தார்.

“இதானே, இந்தியன் கதை”

“ஆமா”

“நான் இந்தியன் கதையை சுருக்கமாகச் சொன்னமாதிரி, உங்க கதையைக் கூறுங்க”

“சார், உங்க ஸ்டைலில் கதைசொல்ல எனக்கு ஒரு பத்து நிமிஷம் டயம் வேணும். மனசுக்குள் ரெடியாகிக்கிறேன்”

“ஓ! தாராளமாக”

எழுந்து வெளியே வந்தேன். எதிரே இருந்த ஒரு டீக்கடையில் டீ ஆர்டர் பண்ணிவிட்டு மனசுக்குள் கதையை சுருக்கமாகக் கொண்டுவந்தேன்.

பின்னர், மீண்டும் அதே தயாரிப்பாளர் அலுவலகம்.

“ரெடியா?”

“ம்... ரெடி சார். சரியாக ஏழு நிமிஷத்தில் கதையைச் சொல்லிமுடித்தேன்.

“ம்... சூப்பர்” என்றார். பின்,

“இப்போ, ஓபன் பண்ணா ஜீப்கள் வந்த அந்த மாதிரி உங்க ஸ்டைலில் திரைக்கதை சொல்லுங்க” என்றார்.

மறுபடி முழுசா ஒரு மணிநேரம் முப்பது நிமிடங்களில் சொல்லிமுடித்தேன்.

“சூப்பர் தம்புடு. ஒரு நிமிஷம்”

என் முன்னாடியே போன் பேசினார்.

பின், என்பக்கம் திரும்ப, "நாளைக்கு காலையில ஏழு மணிக்கு ஃபிளைட். ஹைதராபாத் போறீங்க, வெங்கடேஷ் சாருக்கு கதை சொல்லுங்க, ஓகே"

வர்ற மாசம் முதல் வாரம் சூட்டிங்ஸ். ஜிவ்வென்று இருந்தது எனக்கு.

முதல்படமே, தெலுங்கில் வெங்கடேஷ் சாரை வைத்து, சூப்பர். வெங்கடேஷ் vs வெங்கடேசன் – ஆஹா! உற்சாகமாக வீடுதிரும்பி லக்கேஜ்களை பேக் பண்ணினேன். மறுநாளுக்காகக் காத்திருந்தேன்.

அன்று இரவு, நண்பருக்கு போன் செய்தேன்.

"நாளைக்கு ஹைதராபாத் போறேன். வெங்கடேஷ் இருக்கார்ல அவரை வச்சு, படம் பண்ணப்போறேன்".

மறுநாள் தொலைபேசி ஒலித்தது. எடுத்து 'ஹலோ' என்றேன். எதிர்முனையில் அந்தத் தயாரிப்பாளர். "தம்பி, நாளைக்கு நீங்க ஹைதராபாத் போக வேணாம்" அதிர்ச்சியில் உறைந்தேன்.

"ஏன் சார்?"

"ஒண்ணுமில்லே தம்பி, வெங்கடேசகாருக்கு இப்ப ரீஸெண்டா ஒரு படம் ஹிட் ஆகியிருக்கு. அந்த டைரக்டரை வச்சு அடுத்த படம் பண்ணனும்னு சொல்லிட்டாரு. அதான், சாரி"

என் பக்கம் மௌனம்.

"பட், தம்பி ஒண்ணு சொல்றேன். உங்க கதை சூப்பர். அதை தமிழில் எடுத்தாலும் ஹிட் அடிக்கும். தைரியமா பண்ணுங்க. you will win"

போனை வைத்தார். மனசு வெறுமையாகிவிட்டது.

அந்த ஒரு நாள்தான். அதுவும் அடுத்த நாளில் இருந்து ரெடியாகிவிட்டேன்; அந்தக் கதையை தமிழில் இயக்கியே தீருவது என்று. மீண்டும் மீண்டும் கதையை 'பாலீஷ்' பண்ணினேன். முயற்சிகள் தொடர்ந்தன. சில இடங்களில் ஹீரோவுக்கு கதை பிடிக்கும். தயாரிப்பாளர் செலவு அதிகம் எனத் தயங்கி தள்ளிப்போகும். சில இடங்களில் தயாரிப்பாளர் ஓ.கே. என்பார். ஹீரோக்கள் வேறமாதிரி கதை எதிர்பார்த்தேன் என்பார்கள். இறுதியில் அது படமாகி, வெளிவந்து, வெற்றி பெற்று என்னை மேலும் கமர்ஷியல் இயக்குநர் அந்தஸ்தை உயர்த்தியது.

அந்தப் படத்தில் நடித்த ஹீரோ, அதன்பிறகு ஆக்சன் ஹீரோ, மாஸ் ஹீரோ படங்கள் பண்ண ஆரம்பித்தார். (அதுவரை அவர் பண்ணியது காதல்வகை திரைப்படங்கள்) அந்த ஹீரோ, என் இனிய நண்பர், இளையதளபதி விஜய் அவர்கள். அந்தப் படம் 'பகவதி'

இப்போது சொல்லுங்கள், "எந்த வேர்வைக்கும் வெற்றி வேர்வைக்குமே"

* * *

இயக்கநர்: A.வெங்கடேஷ்

"நோ காம்ப்ரமைஸ்"

"**சி**வப்புக் கலர் மாருதி கார் வந்தால்தான் ஷூட்டிங். காமிராமேன் லைட்டிங் முடிக்கும்வரை காத்திருப்பேன். இல்லன்னா 'பேக்–அப்' சொல்லிட்டு போயிட்டே இருப்பேன்"

இப்படி நான் கூறியதைக் கேட்டதும், ஷூட்டிங் ஸ்பாட்டே டென்சன் ஆனது. புரொடக்சன் எக்ஸிக்யூட்டிவ் ஜெயசீலன் முகம் சிவந்தார்.

"தேடிப் பாத்தாச்சு சார், கிடைக்கலே"

"இங்க பாருங்க ஜெய். நான் இப்போ கேக்கலை. ரெண்டு நாளைக்கு முன்னாலேயே ஸ்பெஷல் பிராபர்ட்டி லிஸ்ட்டில் இருக்கு. அரேன்ஜ் பண்ணாதது உங்க தப்பு" என்றேன்.

"அம்மா சத்தியமா இப்பவரைக்கும் தேடுறோம் கிடைக்கலே சார். ஊதா, கருப்பு, வெள்ளை கலர் மாருதி எதுவேணும்னாலும் கிடைக்கும். ரெட் கிடைக்கலே"

"என்னோட விஷுவல்லே ரெட் கார் அந்த வீட்டு முன்னாடி நிக்கணும். வேற கார் நின்னா விஷுவல் அடிவாங்கும்.

'நோ காம்ப்ரமைஸ்" சிவப்பு மாருதி வரணும். இல்ல, பேக் –அப் தான்"

பிடிவாதமாகக்கூற, அவர் கடுகடுப்பாக விலகி தயாரிப்பாளருக்கு போன் பேசப் போய்விட்டார். லைட்டிங் நடந்து கொண்டிருக்கிறது. இரவுக் காட்சி என்பதால் லைட்டிங் டைம் எடுக்கிறது.

தயாரிப்பாளார் வந்துவிட்டார். ஹீரோ சரத்குமார் வந்து மேக்-அப் போட்டுக்கொண்டிருக்கிறார்.

இந்த சிவப்பு மாருதி கார் பிரச்சினை அவருக்குத் தெரியாது. என்ன முடிவு எனத் தெரியாமல் படப்பிடிப்புக்களம் பதற்றமாக இயங்கிக் கொண்டிருக்கிறது.

அது, 'முதல் ஷெட்யூல்' முடிந்து தயாரிப்பாளர் பணப்பிரச்சினை காரணமாக மீண்டும் தொடங்கிய 'இரண்டாவது ஷெட்யூலி'ன் மூன்றாவது நாள் படப்பிடிப்பு. படம் 'மகா பிரபு'.

நான் புது இயக்குநர். அதுவும் இயக்குநர் ஷங்கரின் பட்டறையில் இருந்து வெளிவந்தவன். வேகம், பெரிசாக படம் பண்ணவேண்டும். ஷங்கர் சாரின் அஸிஸ்டென்ட் என நிரூபிக்கவேண்டும் என்ற வெறி.

'நோ காம்ப்ரமைஸ்' என எண்ணி, இயக்கிக் கொண்டிருக்கும் ஒரு புதுமுக இயக்குநர்.

"சார், லைட்டிங் ரெடி" என்று கூற,

"சிவப்பு மாருதி கார் வந்தாச்சா?"

"இல்ல. பதிலுக்கு ஊதா மாருதி கார் வந்திருக்கு" அஸிஸ்டென்ட் சொல்கிறார்.

"சார், சரத்குமார் சார் ஷூட்டிங்குக்கு ரெடி"

"பேக்-அப்" என்று கோபமாகக்கூற மனம் துடிக்கிறது. யோசிக்கிறேன். இப்ப ஷூட்டிங் கேன்சல் பண்ணினா தயாரிப்பாளருக்கு லட்சங்களில் நஷ்டம்.

"ஏன்? வந்து ரெடியாகி பேக்-அப் சொல்லிவிட்டாரே! என ஹீரோ மனரீதியாய் வருத்தப்படுவார். என்ன பண்ணலாம்? சரிவிடு. சிவப்புக் காருக்கு பதிலாக கறுப்புப் கார் நின்னா பெரிய தப்பாயிடுமா என்ன?"

மனசுக்குள் கேட்டு முடிவு செய்தேன்.

"ரெடி... ஸ்டார்ட்... காமிரா" -படப்பிடிப்பு திருப்தியாக அன்று முடிந்தது.

அந்த ஷெட்யூல் முடிந்து அடுத்த ஷெட்யூல் ஆரம்பிக்க கிட்டத்தட்ட ஒரு வருஷத்துக்கு மேலானது. தயாரிப்பாளருக்கு பணக் கஷ்டம்.

இதனிடையே இந்தப்படம் நடக்காது என ஒவ்வொருவராக என்னிடம் இருந்து விலகுகிறார்கள்: உதவி இயக்குநர்களிலிருந்து முதன்மை தொழில்நுட்ப கலைஞர்கள் வரை.

"அந்தப் படம் டிராப். இனிமே வராது" காதுபடச் சொல்கிறார்கள்.

"வெங்கடேஷ்! அந்தப் படம் வராது. அதை இனிமே பண்ணமாட்டேன்னு எழுதிக் கொடுத்திட்டு வாங்க. உங்களை வச்சு புதுசா ஒரு படம் பண்ணலாம்" என, ஒரு தயாரிப்பாளர் கூறுகிறார்.

நான் மறுத்து உறுதியாக நிற்கிறேன்.

"என் படம் நடக்கும், முடியும், ரிலீஸ் ஆகும், ஹிட் அடிக்கும் என்று.

ஆயிற்று – ஒன்றரை வருடம் போயிற்று.

'இனி அவ்வளவுதான்!' என எல்லோருமே சொல்லிவிட்டார்கள். திடீரென்று, ஹீரோ சரத்குமாரின் 'நாட்டாமை' படம் வெளியாகிறது. படம் பேய் 'ஹிட்'. சரத்குமாரின் மார்க்கெட் உச்சத்துக்குப் போகிறது. மகாபிரபு படத்துக்கு அட்வான்ஸ் கொடுத்திருந்த விநியோகஸ்தர்கள், தயாரிப்பாளர் ஜி.கே.ரெட்டி அலுவலகத்தில் கூடுகிறார்கள்.

"சார், பைனான்ஸ் நாங்க ஏற்பாடு பண்றோம். உடனே, மகாபிரபு படத்தை முடிங்க. அடுத்த படம் இது ரிலீஸ் ஆனா நல்லது"

தயாரிப்பாளர் என்னை அழைத்துப் பேசுகிறார். நான் தயாரிப்பாளர் சார்பாக சரத்குமாரைப் பார்க்கிறேன்.

இதற்கிடையில், ஒன்றரை வருடங்களில் மிக நொந்து, மனவிரக்தியின் உச்சத்தில் இருப்பதால் ஒருவித முடிவோடு சரத்சார் முன் அமர்ந்தேன்.

"வெங்கடேஷ்! 5 படங்கள் கமிட் ஆயிருக்கிறேன். இப்ப நாட்டாமை ஓடுவதால், உங்க புரொடியூஸர் திடீர்ன்னு இந்தப்படம் ஸ்டார்ட் பண்ணா எப்படி. உடனே கால்ஷீட் தர்ரது? அதுவும் 28 நாள் கேக்கறீங்க இம்பாஸிபிள்"

"சார், என் லைஃப் சார். நீங்க சொன்ன பாயிண்ட்டெல்லாம் சரி. புரொடியூஸர் உங்களுக்கு சரியாக்கூட பணம் தரலேன்னும் தெரியும். ஆனா, எனக்கு இது லைஃப் சார். இந்தப் படம், இந்தச்

சூழல்ல முடிஞ்சாதான் உண்டு. இல்லண்ணா, இந்தப் படத்தை மறந்துட்டு நான் பழையபடி அஸோஸியேட்டா ஒர்க் பண்ண போகவேண்டியதுதான்"

சொல்லிமுடித்ததும் என் கண்களில் தாரைதாரையாக கண்ணீர். அழுகிறேன்.

"ஐயோ, என்ன வெங்கடேஷ் இது. சரி சரி, அழாதீங்க" –பதறினார் சரத்குமார்.

பின் அவரே "இப்ப 25 நாள் கஷ்டம். அதிகபட்சம் 16 நாள் ஒதுக்க முடியும்" என்கிறார்.

சட்டென நிமிர்ந்து, "போதும் சார். அந்த 16 நாள்ல படத்தை முடிச்சுடுறேன்.

நீங்க இல்லாத போர்ஷன் 4 நாள் 8 நாள்ல முடிச்சு இரவு–பகல் வேலை பார்த்து முடிச்சுடுறேன்"

"சரி, வெங்கடேஷ். உங்களுக்காக இந்த டேட்ஸ் தர்ரேன்"

"நன்றி சார்" நா தழுதழுக்கக் கூறினேன். மளமளவென்று வேலைகள் ஆரம்பித்தன. சொன்னபடியே 20 நாளில் படப்பிடிப்பு முடிந்தது. அதன்பின்னர் ஏகப்பட்ட சிக்கலுக்குப்பின் படம் ரிலீஸ் ஆகி வெற்றிபெற்றது.

ஒரு சிகப்புக் காருக்காக "நோ காம்ப்ரமைஸ்" எனக்கூறிய நான், 28 நாள் படப்பிடிப்பை 20 நாளில் முடித்தது, காம்ப்ரமைஸா?

8 வருடங்களாக கொஞ்சங்கொஞ்சம் எடுக்கப்பட்ட பரத் நடித்த 'கில்லாடி' திரைப்படம் என் சம்பளத்தை விட்டுக்கொடுத்து, சமீபத்தில் ரிலீஸ் ஆகி சுமாராக ஓடிய படம்.

8 வருடத்துக்குமுன் ஆரம்பித்த ஒரு படத்தை, தயாரிப்பாளர் பணப் பிரச்னை, கால்ஷீட் பிரச்னை எல்லாவற்றையும் சமாளித்து நான் முடித்தது 'காம்ப்ரமைஸா?' காம்ப்ரமைஸே பண்ணமாட்டேன் என நான் முடிவுபண்ணி இருந்தால் இதெல்லாம் சாத்தியமா?

'கில்லாடி' திரைப்படம் முடியாமல் போயிருந்தால், அதில் முதல்போட்ட தயாரிப்பாளரின் மொத்தப் பணமும் வேஸ்ட். அதோடு, அவர் பெயருக்கும், அவர் கம்பெனி பெயருக்கும் அவப்பெயர். எனவேதான் பலமுறை தடைபட்ட பின்பும் படப்பிடிப்பு நடந்து, அத்திரைப்படம் எட்டு வருடம் கழித்து வெளிவந்தது. தியேட்டர் ரிலீஸ், F.M.S, Sattellite rights போன்றவற்றின் மூலமாக தயாரிப்பாளருக்கு போட்ட பணத்தில்

பாதிக்குமேல் கிடைத்தது. எடுத்த படமும் ரிலீஸ் ஆனது. அதோடு கிடைத்தவரை லாபம்தானே!

சிலர் காம்ப்ரமைஸே பண்ணமாட்டேன் என்பார்கள். அது அவர்கள் இயல்பு.

என் இயல்பு. பணம் பணம்தான்.

அது தயாரிப்பாளரோடு இருந்தாலும் பணம், பணம்தான். நல்ல பசியோடு ஓட்டலுக்குப் போகிறோம் 'தோசை!' ஆர்டர் செய்கிறோம்.

'தோசை இல்லை. இட்லிதான் இருக்கு' என்கிறார் சர்வர். பசிக்கு சாப்பிடத்தானே செய்கிறோம். இது 'காம்ப்ரமைஸா?'

என்னைப் பொறுத்தவரை?

வாழ்க்கையில் பல விசயங்களை, பல காரணங்களுக்காக, நாம் 'அட்ஜஸ்ட்' பண்ணிக்கொள்கிறோம். அதுதான் வாழ்க்கை. அது காம்ப்ரமைஸ் இல்ல. அட்ஜெஸ்ட் பண்ணிக்கொள்வது.

இல்லை, இல்லை. காம்ப்ரமைஸ்தான் என்கிறீர்களா?

ஆம். நான் காம்ப்ரமைஸ்தான் பண்ணுகிறேன்.

இந்த விசயத்தில் நான் உங்களோடு சண்டைபோட விரும்பவில்லை. சமரசமாகவே (காம்ப்ரமைஸ்) போய்விடுகிறேன்.

* * *

எல்லாமே சாத்தியம்தான்

'**எ**துவுமே சுலபமில்லை. ஆனால், எல்லாமே சாத்தியம்தான்'

இதை ஒரு புத்தகத்தில் படித்தபோது, புத்தகத்தை மூடிவிட்டு யோசித்தேன். எவ்வளவு சத்தியமான வார்த்தைகள். எனக்கு மட்டுமல்ல, எல்லோர் வாழ்க்கையிலும் இதை பொருத்திப் பாருங்கள். நிறைய விஷயங்கள் நம்ம வாழ்க்கையில் அப்படித்தான் நடந்திருக்கும். நாம்தான் கவனித்திருக்க மாட்டோம். யோசித்துப் பார்த்தால், 'அட! ஆமால்ல' எனத் தோன்றும்

சமீபத்தில் இயக்குநர் வசந்தபாலனின் 'காவியத் தலைவன்' படம் பார்க்கும்போது, அதில் பிருத்திவிராஜ் காய்ச்சலில் படுத்துக்கொண்டு மாலையில் போடவேண்டிய நாடகமொன்றுக்கு நடிகரைத் தேடுவார். அந்தக் காட்சியைப் பார்த்தபோது எனக்கு ஒரு சம்பவம் 'ரீவைண்ட்' ஆனது.

தூத்துக்குடியில் நாடகம் போட்டுக்கொண்டிருந்த சமயம் அது. நான்கு நண்பர்களைக் கொண்டு ஆரம்பிக்கப்பட்ட என் குழு மெல்ல வளர்ந்து 12 பேர் கொண்ட குழுவாக வளர்ந்துவிட்டது. 100 ரூபாய்க்கு நாடகம் போட ஆரம்பித்து, 800 ரூபாய் வாங்கிப்போடும் அளவுக்கு வளர்ந்து, வெளியூர் என்றால் ரூ.1500 வாங்கும் அளவுக்கு வளர்ந்துவிட்டோம். எல்லாமே காமெடி நாடகங்கள்தான்.

இயக்குநர்: A.வெங்கடேஷ்

கதாநாயகி என்ற கதாபாத்திரம் நாடகத்தில் வரும். கதாநாயகி மேடையில் வரமாட்டாள். நாடகத்துக்கான காட்சி அமைப்புகள் அப்படித்தான் அமைத்து இருப்பேன். ரசிகர்கள், கதாநாயகி 'இப்ப வந்துவிடுவாளோ... அப்புறம் வந்து விடுவாளோ என, எதிர்பார்த்து ஏங்கும்போது நாடகம் முடிந்துவிடும்.

கதாநாயகி மேடையில் தோன்றாவண்ணம், நாடகத்துக்கான ஸ்கிரிப்ட் எழுத இரண்டு காரணம்:

1. நாங்க அப்போ வயசுப் பசங்க. 'நாடகம் போடுகிறோம்ங்கிறது போல பெண்ணைக் கூட்டிட்டு சுத்தறாங்க' என யாரும் சொல்லக் கூடாது.

2. பட்ஜெட். நடிக்க நடிகையை வெளியூரிலிருந்து கூட்டி வரவேண்டும். வர, போக, ஹோட்டல், இத்யாதி செலவாகுமே! இதனால் கதாநாயகி கிடையாது. ஆனால், அதையும் மறைத்து வித்தியாசமாக டிராமா போடுறாங்களாம்பா என பேர் வாங்கினோம். காரணம், ஸ்கிரிப்ட்.

இந்த சூழ்நிலையிலே, ஒரு நாள் மாலை 7 மணிக்கு ஒரு நாடகம் போடவேண்டியதிருந்தது. காலை 8 மணிக்கு என் குரூப்பில் உள்ள பிரதான வேடம் போடும் இருவர் வரமுடியாது என்றார்கள். பதறிப் போனேன்.

"ஏண்டா? என்ன காரணம்?" எனக் கேட்டேன்.

"இல்ல நீ நேத்து ரிகர்சல்ல திட்டிட்டே. நான் பிரதான கேரக்டர் பண்றேன். எனக்கு ஒரு மரியாதையே இல்ல. ஏன் ஸ்கிரிப்ட்தான் பெரிசுன்னா வேறு யாரையாவது நடிக்க வச்சுக்கோ" என்றான் அவன்.

ரெண்டாவது ஆளோ, "நான் அவன் கருத்தை ஆமோதிச்சு சப்போர்ட் பண்றேன்" என்றான்.

"டேய்! நீங்க என்கூட 'ஈகோ' பார்க்கிற நேரமா இது? எது நடந்தாலும் மன்னிச்சிடுங்கோ. வாங்க 10 மணிக்கு ஒரு ரிகர்சல் பாத்துடலாம்"

கெஞ்சுகிறேன். முடியவே முடியாது என மறுத்து விடுகிறார்கள். மாலை 7 மணிக்கு நாடகம். கைநீட்டி அட்வான்ஸ் வேறு வாங்கியாகிவிட்டது.

"நோட்டீஸ் அடிச்சாச்சு, என்ன செய்ய?"

திட்டமிட்டே கடைசி நிமிடத்தில் சொன்னா மாட்டிக்குவோம்னு மறுத்துவிட்டார்கள். எனக்கோ ஒண்ணும் புரியமாட்டேங்கிறது.

இப்படி ஒரு சிக்கல் எதிர்பாராதது. இதிலிருந்து மீளணும். சிக்கல் வந்தா அதிலிருந்தது மீள தீர்வு ஒண்ணு இருந்தே ஆகணும். எல்லாம் நன்மைக்கே! இப்ப நாடகம் போட்டாகணும். எப்படிச் சமாளிக்கலாம்? யோசிச்சேன்.

ஒரு பிளான் தோன்றியது.

அந்த நாடக ரிகர்சல் ஒரு 15 முறையாவது பண்ணியிருப்பேன். அந்த 15 தடவையில் 10 தடவைகள் அதில் நடிக்காத நண்பர்கள் சும்மா ரிகர்சல் பார்க்க வருவார்கள். அவர்களுக்குள் நடிப்பு ஆர்வமுள்ள இருவர் கிடைத்தால்போதும். சமாளித்துவிடலாம். லிஸ்ட் தயாரித்தேன். கொஞ்சம் நடித்துவிடுவார்கள் என்ற லிஸ்டில் நான்கு பெயர்களை எழுதினேன். அதில் ஒருத்தன் உடம்பு சரியில்லை. இன்னொருத்தன் ஊரிலே இல்ல. மீதி இரண்டுபேர் நடராஜ், சம்மு குட்டி. ரெண்டு பேரையும் நேரில் சந்தித்தேன்.

"ஏம்பா! ஏதோ ஜாலியா இருக்கலாம்னு ரிகர்சல் பாக்க வந்தோம். எங்களைப் போயி நடின்னு சொன்னா எப்படி?" என்று தயங்கினார்கள்.

"நீங்க ரிகர்சலுக்கு வாங்க. மத்ததை நான் பாத்துக்கிறேன் என்று தைரியம் ஊட்டினேன்.

11 மணிக்கு ரிகர்சல். டயலாக் மனப்பாடம் செய்ய சிரமப்பட்டார்கள். அவர்கள் டயலாக்கில் திணறும்போதெல்லாம் அவர்களைக் கடந்தபடி மெதுவாக எடுத்துக் கொடுப்பேன். சில இடங்களில் அவர்கள் பேசவேண்டிய டயலாக்கை லாவகமாக நானே பேசி எடுத்துக் கொடுத்தேன். எப்படியோ தயாராகி விட்டார்கள்.

7 மணிக்கு நாடகம். நடராஜ் மற்றும் சம்முகுட்டி அவர்கள் உறவினர்கள், நண்பர்கள் எல்லாருக்கும் சொல்லி, 'நம்மாளு நடிக்கிறாம்பா' அவர்கள் ரெண்டு பேரின் தரப்புக் கூட்டம் வேறு அன்று.

மேக்–அப் ரூமில்.

அவர்களுக்கு கடைசிநேர ரிகர்சல் மற்றும் தைரியம் ஊட்டிக் கொண்டிருக்கிறேன். திடீரென்று, ஏற்கனவே நடிக்க மாட்டேன் என்ற அந்த இருவரும் வந்து நிற்கிறார்கள்.

"என்னப்பா?" நான்.

"இல்ல, நாங்களே நடிக்கிறோம்"

"இல்ல முடியாது"

"ஏன்? காலைல கெஞ்சினேனில்ல. அப்புறம் நடராஜ், சம்முகுட்டி நடிக்கிறோம்னாங்கன்னு கேள்விப்பட்டோம். அவங்க புதுசு, நாடகம் கெட்டுடக் கூடாது. நாங்களே மனசு கேக்காம வந்துட்டோம்"

"வந்ததுக்கு தாங்க்ஸ். ஆனா, அவங்க ரெண்டுபேருடைய நிறைய சொந்தக்காரங்க, பிரண்ட்ஸ்க்கு எல்லாம் சொல்லி ஒரு கூட்டமே வந்துருக்கு. இப்ப அவங்கள வேண்டாம்னா நல்லா இருக்காது. அதனால நீங்க இன்னிக்கு வேடிக்கை பாருங்க. அடுத்த நாடகம் எல்லாரும் சேர்ந்து நடிக்கலாம்."

கோபமாகப் போய்விட்டார்கள்.

அன்று நாடகத்தில் அந்த இரண்டுபேரும் பின்னி பெடல் எடுத்து, 'சூப்பராக நடிக்கிறாங்கப்பா' என்று பேர் எடுத்துவிட்டார்கள்.

அதன்பிறகு, கோபப்பட்டுப் போனவர்கள் தனியே ஒரு ட்ரூப் எனக்குப் போட்டியாக ஆரம்பித்துவிட்டார்கள்.

பின்னர், மீண்டும்வந்து இணைந்து ஒன்றாக நாடகம் போட்டது தனிக்கதை.

இப்பத் தோணுது, அந்த நெருக்கடியில் புதுசா ரெண்டு நடிகர்கள் தோன்றினார்களே! அன்னிக்கு ரிகர்சல் வேடிக்கை பார்க்க வந்தவர்களை நடிகர்கள் ஆக்கினேனே யோசிச்சா, எதுவுமே சுலபமில்ல. ஆனால், எல்லாமே சாத்தியம்தான்னு தோணுது. நான் நடத்திய அந்த நாடகம்.

பின்குறிப்பு: டிராமா ட்ரூப்பில் நடித்தவர்கள் எல்லாம் இன்றும் என் நண்பர்கள்தான். அவரவர் வாழ்க்கைச் சூழல் காரணமாக வெவ்வேறு துறைகளிலும் வியாபாரம், வேலை என்று பிரிந்தாலும், அப்பப்போ பேசிக்குவோம். எனக்குத் தெரிஞ்சு, நெருக்கடி வரும்போது சோர்ந்துவிடாதீங்க, யோசியுங்க, மாற்றுவழி கண்டிப்பா இருக்கும். முயற்சி பண்ணினா அந்த நெருக்கடியில் இருந்து வெளியேவந்துவிடுவோம் என்பதற்கு என் நண்பர்களுக்கே மேற்சொன்ன சம்பவத்தைத்தான் நான் உதாரணமாகச் சொல்வேன்.

* * *

ரௌத்திரம் பழகாதே!

"**கோ**பம் சத்ரு"

"கோபத்தோடு எழுகிறவன், நஷ்டத்தோடு அமர்கிறான்"

"நீ கோபப்படுவதால் இழப்புகளையே அறுவடை செய்கிறாய்"

"குளத்த கோவிச்சுக்கிட்டு... கழுவாமப் போனா குளத்துக்கா நஷ்டம்?"

இப்படி விதவிதமாக எத்தனையோ விஷயங்கள் கோபம் வேண்டாம் என்பதற்குச் சொல்வார்கள். இது, முற்றிலும் உண்மை. நான் கோபப்பட்டு இழந்தவையே அதிகம். நிறைய வாய்ப்புகளை, நிறைய நண்பர்களை, வரவேண்டிய வரவுகளை இப்படி.

அதேசமயம், அன்பாயிருந்து நிறைய அடைந்தும் இருக்கிறேன். எனவேதான் சொல்கிறேன் ரௌத்திரம் பழகாதீர்கள்.

ஒருமுறை, எனது படப்பிடிப்பில் ஏராளமான ஜூனியர் ஆர்ட்டிஸ்ட்களை வைத்து படப்பிடிப்பின் கிளைமாக்ஸ் காட்சியை எடுத்துக்கொண்டிருக்கிறேன். அந்தப் படத்தின் ஹீரோவுக்கு ஏதோ ஒரு முக்கியமான வேலை. பிரேக் நேரத்தில் வந்தார்.

"சார்! ஒரு அவசர வேலை. போயிட்டு சரியா மூன்று மணிக்கு வந்துடறேன். ப்ளீஸ்... முடியுமா?"

கேட்டது ஹீரோ. யோசித்தேன்.

பிரேக் நேரம் 1 – 2 மணிவரை

இயக்குநர்: A.வெங்கடேஷ்

2 மணிக்கு ஆரம்பிச்சு 3 வரை ஹீரோ இல்லாத ஷாட்டுகளை எடுத்தா, 3 மணிக்கு அவர் வந்தா சமாளிச்சிடலாம் என எண்ணி, "சார்! ஷார்ப்பா மூணுமணிக்கு வந்துடுங்க. நிறைய ஜூனியர் ஆர்ட்டிஸ்ட் இன்னிக்கு மட்டும் தான் இவ்வளவு ஜூனியர் ஆர்ட்டிஸ்ட்ங்க தரமுடியும்னு தயாரிப்பாளர் சொல்லியிருக்காரு. பார்த்துக்கோங்க"

"ஷ்யூர் பாஸ்! ஷ்யூர்" என்று கூறிவிட்டுப் போய்விட்டார்.

மூன்று மணி ஆனது.

ப்ரேக் முடித்து, அவர் இல்லாத 'ஷாட்'களை எடுத்தேன். இன்னும் வரவில்லை அவர்.

"பக்கத்துல வந்துட்டாருன்னு சொல்றாங்களே அவரும் வரலை. சரின்னு வேறமாதிரி ஜூனியர் ஆர்டிஸ்டுகளை, மற்ற நடிகர்களை வைத்து கிட்டத்தட்ட சமாளிக்கிறேன். படப்பிடிப்பு நிற்காமல் போகிறதே தவிர, ஹீரோ வரவில்லை. நானும் மேனேஜ் பண்ணுகிறேன். ஒரு பக்கம் டென்ஷன். அது கோபமாக உள்ளுக்குள் உருமாறுகிறது. மணி 5-15 ஆகிறது.

காமிராமேன், லைட் போகிறது என்கிறார். அந்த லொகேஷன் அப்படி. சீக்கிரம் சூரியன் மறைந்திடும். சரியாக ஹீரோ கார் நுழைகிறது. அவர் இறங்கி உடைமாற்றி டச் அப் பண்ணி படப்பிடிப்புத் தளத்துக்கு வந்து நிற்கும்போது மணி 5-35.

காமிராமேன், "லைட் சுத்தமா போச்சு. வேணும்னா எடுக்கிறேன்" எனக்கூற, கோபம் உச்சந்தலையில் ஏறி நின்றது.

அவரை சற்று முறைத்து 'பேக் – அப்' என்று கூறிவிட்டு அகன்றுவிட்டேன். படப்பிடிப்பு முடிந்து அனைவரும் கலைய ஹீரோ முகம் சிவக்கிறது. மேக் அப் ரூமுக்குள் போய்விட்டார்.

உதவியாளர்கள், "ஒருமாதிரி மூட்–அவுட் ஆகிட்டார்போல" எனக்கூற, "போங்கப்பா" என்றபடி நகர்ந்துவிட்டேன். இன்னும் நான்கு நாள் படப்பிடிப்பு முடியவேண்டிய நேரத்தில் இப்படி ஒரு டென்ஷன். அனைவரும் திகிலாகப் பார்க்கிறார்கள். நானோ ஓர் ஓரத்தில் படபடப்பாக நிற்கிறேன். அப்போது தயாரிப்பு நிர்வாகி அருகில் வந்தார்.

"ஹீரோ உங்களைக் கூப்பிடுறாரு"

"எதுக்கு, சமாதானப்படுத்தவா? இனிமேல் என்ன செய்ய? நான்தான் தயாரிப்பாளர்கிட்டே போய் சமாதானம் பேசி,

நாளைக்கு ஜூனியர் ஆர்ட்டிஸ்ட் வேணும்னு கெஞ்சணும். அவர்கிட்ட என்ன பேச? வரமுடியாதுன்னு சொல்லு"என்று கோபமாகக் கூறிவிட்டு முகத்தைத் திருப்பினேன். தயாரிப்பு நிர்வாகி யோசிக்கிறார்.

கையைப் பிசைந்தபடி அவர் நிற்க, அப்போது என் தோளை யாரோ தொட, திரும்புகிறேன். சக நடிகர் ஒருவர் நிற்கிறார். படத்தில் அவர் ஒரு துணைவேடத்தில் நடிக்கிறார்.

"சார், தப்பா நினைக்கலேன்னா ஒண்ணு சொல்லலாமா?" என்றார்.

"ம்... சொல்லுங்க" என்றேன்.

இன்னும் நாலு நாள்லே மொத்தப் படமும் முடியப் போகுது. இப்போ உங்க கோபத்தாலே படமே நின்னுடக்கூடாது."

நான் அவரையே பார்க்க, தொடர்கிறார்:

"ஆமா சார்! உங்க கோபம் நியாயமானதுதான். அதைக் காட்டிட்டீங்க. இப்ப அவர் கூப்பிடறப்போ போறதுதானே நியாயம். யோசியுங்க, போய் அன்பாகப் பேசுங்க. பிரச்னை 'சால்வ்' ஆகும். அப்புறம் உங்க இஷ்டம்" அவர் கூறியதன் நியாயம் புரிந்தது.

ஹீரோ இருக்கும் ரூமுக்குள் நுழைந்தேன்.

"எல்லார் முன்னாலேயும் பேக்அப்-னு சொல்லி என்னை அவமானப் படுத்திட்டீங்க" சற்று கடுகடுவெனக் கூறினார். இப்போது கோபத்தைத் தள்ளி வைத்தேன். அன்பாகப் பதில் கூறினேன்.

"சார்! என் நோக்கம் உங்களை அவமானப்படுத்துறது இல்ல. மூணு மணிக்கு வர்ரேன்னு சொன்ன நீங்க, பேக்அப் பண்ற டயத்துக்கு வந்தீங்க. காமிராமேன் லைட்ஸ் போயிடுச்சுங்குறார். வேறவழியில்லை. பேக்அப் சொன்னேன். அது உங்களைக் காயப்படுத்தி இருந்தா ஒரு சகமனுஷனா 'சாரி'

"பட், நான் தனிப்பட்ட முறையில் எதுவும் சொல்லல"

அன்பாகக் கூறியது அவருக்குப் புரிந்திருக்க வேண்டும். கையைப் பற்றியபடி குலுக்கினார்.

"உங்களை எனக்கு ரொம்பப் பிடிக்கும். இந்த நிகழ்ச்சிக்கு அப்புறம் ரொம்ப ரொம்ப பிடிக்குது. ஒரு தயாரிப்பாளர்

சார்பா பேசுறீங்க. ஐ லைக் இட். நான் எடுத்த ஒரு படத்தோட பற்றாக்குறை பட்ஜெட். படத்துக்காகத்தான் பைனான்சியரை பாத்துட்டு வந்தேன். நீங்க கிரேட். நாளைக்கு வர்ற ஜூனியர் ஆர்ட்டிஸ்ட் பில்லை நானே கொடுத்துடுறேன். எத்தனை மணிக்கு வரணும்?" கேட்டார்.

"ஏழு மணிக்கு" என்றேன்.

மறுநாள் காலை 7 மணிக்கு சரியாக வந்தார். படப்பிடிப்பு சரியாக முடிந்து, படம் வெளியாகி வெற்றிபெற்றது. அன்று அந்த சகநடிகர் செய்த அட்வைஸ் என்னை இன்றுவரை பல சமயங்களில் வழிநடத்தும். கோபமாக இருக்கும்போது நிதானம் வராது. நிதானமாக யோசித்தால் அன்பு தானாக வரும். அன்பால் சாதிக்கலாம். கோபம் சத்ரு. இருப்பினும் இப்போதும் சில சமயங்களில் கோபப் படுகிறேன். திட்டமிட்டபடி செயல்படுகிறபோது, சோம்பேறித்தனமாக மற்றவர்கள் செயல்படாதிருந்தால் உழைக்கத் தயங்குகின்றவர்களைப் பார்க்கும்போது, தவறுக்கு அடுத்தவர்களை குறைகூறுபவர்களைப் பார்க்கும் போது , இப்படி நிறைய.

இதைத்தான் பாரதி 'ரௌத்திரம் பழகு' என்றாரோ?

ஒரு ஊரில் ஒரு பாம்பு போவோர், வருவோரைக் கடித்ததாம். அவ்வழியே போன ஒரு சாமியார் அப்பாம்பை அடக்கி, இனி கடிக்கக் கூடாதென்றாராம். சிலநாள் கழித்து சாமியார் அவ்வழியே வருகிறார். பாம்பு நிறைய காயப்பட்டு ரத்தம்வழிய நிற்கிறது.

"ஏன்? இப்படி?" என சாமியார் கேட்கிறார்.

"நீங்கதான் கடிக்காதீங்கன்னு சொன்னீங்க. அதனால யாருக்கும் பயம் இல்ல. கற்களை வீசி கட்டையால் தாக்கினார்கள்" என்றது பாம்பு.

"ஏன்? இப்படி?" என சாமியார் கேட்கிறார்.

"அடப்பாவி! கடிக்காதே என்றுதான் கூறினேன். ஆனா சீறாதே என்று கூறவில்லையே. தேவைப்படும்போது சீறு" என்றாராம்.

ஆனால் வசியமாக பழகவேண்டாம். தேவைப்படும் நேரம், தேவையான சரிவிகிதத்தில் ரௌத்திரம் பழகு.

நமக்கு பாரதியார் என்ற முண்டாசுக்கவி சொல்லிக் கொடுத்திருக்கிறார்.

* * *

நேரம் முக்கியம்

"ஹலோ சார்!"

"தம்பி, இன்னிக்கு ஒருத்தர் பாடல் எழுத வாய்ப்புக்கேட்டு பார்க்க வர்றேன்னு சொல்லியிருக்காரு. சார், 10–45க்குத் தான் வருவார்னு சொல்லு"

"சரி, சார்."

இன்னொரு நாள்.

"தம்பி, நான் இன்னிக்கு ஆபீசுக்கு வரமாட்டேன். நீ வெயிட் பண்ண வேண்டாம். போயிட்டு நாளைக்கு வாங்க"

அசிஸ்டென்ட் வாய்ப்புக் கேட்டு வந்தவரை போனில் அழைத்து இப்படிக் கூறுவேன். ஏனெனில், எனக்காக காத்திருக்கும் நேரங்களில் அவர் ஏதாவது உபயோகமாகச் செய்வார். அட! சும்மாகூட இருக்கட்டும். எனக்காக ஒருவர் காத்திருக்க வேண்டாம் என்பது என் கொள்கை. ஆனால், நேரம் தவறாமை என்பது இப்போது ரொம்ப சாதாரணமாகிவிட்டது" 20 நிமிஷம் லேட்டா போனா குடியா மூழ்கும்?!

அட! அரைமணி நேரம். அதுக்குப் போய் இப்படிக் கத்துறாரே!"

இப்படித்தான் நம் எல்லாரின் மனநிலையும் இருக்கிறது, நானும் இருந்தேன்.

பின்னர் மாற்றிக் கொண்டேன். அது ஒரு மாலைநேரம். செல்போன் கூப்பிட்டது.

"சார்! தமிழ்ல ஒரு புராஜெக்ட் பண்ற விஷயமா தெலுங்குப்பட தயாரிப்பாளர் ஒருத்தர் உங்களைப் பாக்கணுமாம். நாளைக்கு வரமுடியமா?"

எனக்கு அறிமுகமான மேனேஜர் பேசினார்.

"வரேன். ஆபீஸ் எங்கே?"

"தி.நகர்" ஒரு தெருப் பேரைச் சொன்னார்.

"அப்புறம் சார்!" இழுத்தார். "நீங்க சொன்ன நாள்ல சொன்னபடி படம் முடிப்பீங்கன்னு உங்களைத் தேர்வு பண்ணிருக்காரு. அவர் கொஞ்சம் பங்சுவாலிடி பார்ப்பார். அதனால சரியா பத்து மணிக்கு வரமுடியுமா?"

"கண்டிப்பா!"

மறுநாள் காலை 9 மணிக்கு கே.கே.நகரில் இருந்து தி.நகர் துரைசாமி சப்-வேயில் ஏக டிராபிக். வண்டிகள் நகரவே இல்ல. மணி 9-45

"இதோ போயிடலாம் சார்" என்று, டிரைவர் தந்த அசட்டு நம்பிக்கையில் மேலும் 5 நிமிடம் ஓடியது.

அங்கேயே 9-50 ஆகிவிட்டது.

"தம்பி! நீ திரும்ப வீட்டுக்குப் போ! நான் வந்துடறேன்" என்று டிரைவரைப் பார்த்து சொல்லிவிட்டு, காரில் இருந்து டக்கென்று வெளியே இறங்கி, டிராபிக்கில் வேகமாக நடந்து, ஒரு ஆட்டோ பேசி யூ-டர்ன் எடுத்து, ஆட்டோ டிரைவரை விரட்டி, தி.நகரில் உள்ள அந்த தெருவுக்குப் போனால், ஆபீஸோ இருப்பது நான்காவது மாடியில். மணி 10-15 லிப்ட் அழுத்தினா வர லேட்டாக ஆகுது. படபடவென்று படியேறி அந்த ஆபீஸில் நுழைந்தால் மணி 10-20. மூச்சு வாங்க நிக்கிறேன்.

என்னைப் பார்த்த அந்த மானேஜர் (ஏற்கனவே ஆட்டோவில் 'லைவ் ரிலே' பண்ணி இருந்தேன்.)

"உட்காருங்க சார்" எனச் சொல்லி உள்ளே போனார். ஐந்து நிமிடம் கழித்து அழைப்பு வந்தது.

நான் உள்ளே போனேன். அந்த தெலுங்குப் படத் தயாரிப்பாளர் அமர்ந்திருந்தார். வணக்கம் வைத்தேன். 'ம்ம்' எனத் தலையாட்டிவிட்டு,

"என்ன சார்! பத்து மணிக்கு வாங்கன்னு சொன்னா பத்து இருபதுக்கு வர்றீங்க"

நான் நடந்ததைச் சொன்னேன்.

"நோ எக்ஸ்கியூஸ் சார். சொன்ன டயத்திலே வரமுடியாத நீங்க எப்படி சொன்ன டயத்திலே படத்தை முடிச்சுத் தரப்போறீங்க?"

இத்தனைக்கும் சொன்ன நேரத்தில் சொன்னபடி படம் முடிப்பேன் என, என்னைப்பற்றி கேள்விப்பட்டுக் கூப்பிட்டவர் இப்படிப் பேசுகிறார்.

"இல்ல சார், நீங்க போகலாம்"

மூஞ்சியில் அடித்த மாதிரி இருந்தது. கிளம்பி வந்துவிட்டேன். நம்புகிறீர்களா? அவ்வளவுதான் மீட்டிங். ஒரு பெரிய பட வாய்ப்பு தவறியது. அன்றிலிருந்து நேரத்தை நானும் தவற விடுவதில்லை. தவறியவர்களைத் தள்ளி வைத்துவிடுவேன்.

ஒருமுறை, ஒரு பெரிய நிறுவனத்திடம் இருந்து அழைப்பு வந்தது. விளம்பரம் செய்வதில், அவர்கள் பேனரை இன்றுவரை அடிச்சுக்க ஆள் கிடையாது.

போயிருந்தேன்.

ரிஸப்ஷன் ஹாலில் என்னை மாதிரி ஐந்து இயக்குநர்கள் ஏற்கனவே காத்திருந்தார்கள். உட்காரச் சொன்னார்கள். சரியாக ஒன்றரை மணிநேரம் கழித்து ஒவ்வொருவராக அழைத்தார்கள். ஒவ்வொருவருக்கும் இருபது நிமிடங்கள் வரை சந்திப்பு. அப்போது, என் முறை வந்திருக்கும் நேரத்தைக் கணக்கிட்டுக்கொள்ளுங்கள். 'பெரிய நிறுவனம்' என பொறுமையாகக் காத்திருந்தேன்.

என்முறை வந்தது. உள்ளே நுழைந்தேன். அந்தத் தயாரிப்பாளர் என்னைப் பார்த்துக் கேட்டார்:

ஒரு நடிகரின் பெயர் சொல்லி அவருக்கேற்ற கதை இருக்குதா? என்று.

நான் உடனே சொன்னேன்: "அவருக்கேத்த கதை இருக்கிறது"

"சரி நல்லது. நாளைக்கு ஐந்து மணிக்கு வந்து சொல்லுங்க" என்றார்.

"சரி சார். நாளை ஈவினிங் ஐந்து மணிக்கு வருகிறேன்" என்று நானே சொன்னேன்.

இயக்குநர்: A.வெங்கடேஷ்

"என்னது ஈவினிங் ஐந்து மணியா?"

"நோ நோ, மார்னிங் 5 மணிக்கு. அப்பத்தான் கதை கேக்க மைண்ட் பிரஷ்ஷா இருக்கும். அதுக்குத்தான் காலையில"

"ஓகே சார். நீங்க சொன்னபடி சொன்ன நேரம் விடியக் காலை வருகிறேன்" என்று சொல்லி விடைபெற்றுக்கொண்டு வந்துவிட்டேன்.

மறுநாள் அதிகாலை.

சொன்ன நேரம் சரியாக சூரியோதயம் தோன்றுமுன்னே நான் அவரது அலுவலகத்தில் ஆஜர் ஆனேன். அவர் அங்கு இல்லை. ஏன்? யாருமே இல்லை.

ஆபிஸ் பாய் மட்டும் கொஞ்சம் பொறுத்து, சாவகாசமாக எழுந்து தூக்கக் கலக்கத்தில் வந்தான். விஷயத்தைச் சொன்னேன்.

அவனே பதற்றமேதுமின்றி "அதெல்லாம் காலையில் இல்ல. நீங்க பத்து மணிக்கு வாங்களேன்" என்றான்.

சரி, எனப் புறப்பட்டு வந்துவிட்டேன். காலை பத்து மணிக்கு சரியாக மீண்டும் போனேன்.

தயாரிப்பாளர் "காலையில ஏன் வரலை? ஐந்து மணிக்கு வரச்சொல்லியிருந்தேனே" என்றார்.

எனக்கு சுர்ரென்று பொங்கி வந்தது. உடனே ஆபீஸ் பாயை அழைத்தேன். அவனிடமே கேட்டேன். அவனோ "ஆமா வந்தீங்க. இல்லைன்னா சொன்னேன்" என்றான். அதைக்கேட்டுக்கொண்ட தயாரிப்பாளர் சொன்னது மேலும் கோபத்தை ஜாஸ்தி ஆக்கியது.

"காலையில் நான் வாக்கிங் போயிட்டேன். அதனால் உங்களை வரச்சொன்னதை மறந்துட்டேன்" என்றார்.

ஒரு தடவைக்கு இரு தடவை கேட்டு 'கன்பார்ம்' பண்ண மறந்துட்டாராம். இந்த நேரத்தைக் குறிப்பிட்டுச் சொன்னது அவர்தான். மைண்ட் பிரஷ் ஆக இருக்கும். கதை கேக்க தோதாக இருக்கும் என்று. கொஞ்சமும் அதை நினைச்சுப் பார்க்காமல் மறந்துட்டேன் என்றார். உள்ளத்தில் பொங்கிவழியும் கோபக்கனலைக் காட்டிக் கொள்ளாமல் ரொம்ப பொறுமையாகச் சொன்னேன்.

"நேத்து, நீங்க ஒன்றரை மணிநேரம் காக்க வச்சிட்டு ஐந்தாம் ஆளாக உள்ளே கூப்பிட்டீங்க. அப்புறம், காலை அஞ்சு மணிக்கு கதை கேக்கிறேன்னு சொல்லிவிட்டு வராமல் இருந்தீங்க. அதுகூடப்

பரவாயில்ல. கூலா, காலையில ஏன் வரலைன்னு கேட்டீங்க பாருங்க அதான் தாங்கமுடியல. நீங்க பெரிய புரொடியூஸர்னு நினைச்சேன். நீங்க பெரிய வியாபாரி. உங்களுக்கும் எனக்கும் தோதுப்பட்டு வராது. நேரம் முக்கியம்தான். நான் காத்திருக்கிற நேரத்தைவிட மற்றவர்களை வீணாகக் காக்கவைப்பதை வேண்டாமென ஒரு கொள்கையாகவே பின்பற்றி வருகிறேன். எனவே, எனக்கு உங்க கம்பெனியில படம் பண்ண விருப்பமில்ல சார், வர்றேன்"

"ஒரு நிமிஷம்!" கூப்பிட்டார். திரும்பினேன்.

"இப்படி நீங்க சொன்னால் சினிமாவில் நிலைச்சிருக்க முடியுமா?"

"நான் கோபப்படவில்லை. அதைக் காட்டவே நினைக்கல. ஆனால், எனக்கு ஒரு கொள்கை. மத்தவங்களைக் காக்கவைக்க விரும்புவதில்லை. என் நேரம் எனக்கு எப்படியோ, அதுபோலத்தானே மத்தவங்களுக்கும் அவர்கள் நேரம் முக்கியமானது."

"எல்லா சமயங்களிலுமா?"

"ஆமாம்! நீங்க ஒரு டிஸ்டிரிபியூட்டராக இருந்துதான் தயாரிப்பாளர் ஆனீங்க. அதேபோல, நானும் அஸிஸ்டென்ட்டாக இருந்து, இயக்குநராகி ஒன்பது படங்கள் முடித்துள்ளேன். ஏற்கனவே, ரொம்ப நேரம் நேற்று காத்திருந்தேன். நேரம் சொல்லிவிட்டுப்பிறகு..."

"ம்ம்" மெல்ல இழுத்தார்.

"சாரி சார், இது ஒத்து வராது. சரிப்பட்டு வராது. எனக்கு வேணாம்" –என்று சொல்லிவிட்டுத் திரும்பி வந்துவிட்டேன்.

காத்திருக்கும் நேரம் கடுப்பானதுதான். வா என்று கூப்பிட்டு 'உக்காந்து கிட' என்பது சிலருக்கு சகஜமாக இருக்கலாம். அதனால், கொஞ்சம் யோசித்துப் பார்த்தால் மற்றவர்களின் நேரம் கபளீகரம் செய்யப்படுகிறது. அது நல்லதாக எனக்குப்படவில்லை.

இன்றும் நான் காத்திருப்பதைப் பொருட்படுத்தவில்லை. எனினும், பிறரைக் காத்திருக்கவைக்க ஒருபோதும் நினைப்பதே கிடையாது. காத்திருப்பதாவது பரவாயில்லை. காக்க வைத்தல் ஆகாது என்பது என் கொள்கை.

நம்மால் ஒருவரை வீணாகக் காத்திருக்க வைக்கக்கூடாது என்பதில் ஒரு உறுதி, ஒரு தெளிவுகொண்டு, அந்தக் கோட்பாட்டை

இன்றுவரை பின்பற்றி வருகிறேன். இதை மற்றவர்கள் பின்பற்ற வேணும் என வற்புறுத்துவது சரி வராது. ஆனால், அத்தகைய தர்மசங்கடம் ஏற்பட்டால் நான் ஒதுங்கிக்கொள்ள, விலகிக்கொள்ளத் தயார். அதனால் நஷ்டம் வந்தாலும் சரி, வரவேண்டியது போனாலும் சரி. 'அடுத்தவரை நேசி' என்பதுபோல, அவருடைய நேரத்தையும் நேசிக்க வேண்டும். காலம் தங்கத்துக்குச் சமம்.

நம்ம நேரத்தைப்போல மத்தவங்க நேரமும் என்று நினைச்சாலே, நமக்கு இழப்பை ஏற்படுத்தாது என்பதில் திட நம்பிக்கை எனக்குள்ளது. இன்றுவரை அதைப் பின்பற்றிவருகிறேன். என்னைக் காண வருகிறவர்கள், வாய்ப்புக் கேட்டு வருகிறவர்கள் யாராயினும் அவர்களை அனாவசியமாக காக்கவைக்கமாட்டேன்.

ஒரு குட்டிக் கதை:

அந்த கடற்கரை ஓரம் அந்திக் கருக்கல் நேரம். கடல் முதலில் பேசியது:

"நான் யாருக்காகவும் ஒருபோதும் காத்திருக்க மாட்டேன். எனது அலைகள் அதுபோலத்தான்"

அதுகேட்ட மேகங்கள் சொன்னது:

"நாங்களும் யாருக்காகவும் காத்திருக்க மாட்டோம். எங்களது வேலை மழை பெய்யச் செய்வது. அதைத் தப்பாமல் செய்வோம்"

அதைக்கேட்ட வானம் சொன்னது: "ஆமாம். நானும் அப்படித்தான். யாருக்காகவும் காத்திருக்காமல் விழுந்துவிடாமல் அப்படியே இருக்கிறேன்"

இதைக் கேட்டது காலம்.

இப்போது அது கூறியது: "நீங்கள் காத்திருக்க மாட்டீர்கள், ஆனால் மற்றவர்களைக் காக்கவைப்பீர்கள். நான் எவரையும் காக்கவைக்க மாட்டேன்" என்றது.

* * *

எண்ணிய எண்ணியாங்கு

"**சா**ர்! நீங்க 'அங்காடித் தெரு'வுல நடிச்சவர்தான?"

புன்னகையோடு நான் தலையாட்ட,

"கருங்காலி சூப்பர்வைசரா!"

"ஆமா!" என நான் கூறியதும், "ஐயோ! சூப்பர் ஸார்!" என கை குலுக்கியும், ஆட்டோகிராப் வாங்கியும் போட்டோ எடுத்தும் கொள்வார்கள்.

இது, இன்றுவரை நான் பொது இடங்களுக்கு எங்கு சென்றாலும் நடக்கும்.

வேடிக்கை என்னவென்றால், அந்தப் படத்துக்குப் பிறகு, நான்

1. சட்டப்படி குற்றம்

2. அழகன் அழகி

3. பாகன்

4. நான் ராஜாவாகப் போகிறேன்

5. சும்மா நச்சுனு இருக்கு! என ஐந்து படங்கள் நடித்துவிட்டேன்.

இவை எல்லாம் நான் காத்திருந்து எனக்கு முக்கியத்துவம் உள்ள கதையாகத் தேர்ந்தெடுத்து நடித்த படங்கள். இருந்தாலும், இப்பவும் கேட்பார்கள்

"ஏன் சார், 'அங்காடித் தெரு'வுக்குப் பிறகு வேறு படங்கள்ல நடிக்கல?"

எனக்குச் சிரிப்பாக வரும்.

"நடிச்சேன், நீங்க பாக்கல" என்பேன்.

நான் நடித்த அங்காடித் தெருவைத்தவிர வேறு எதுவும் மக்கள் மனதில் நிற்கவில்லை. ஐந்து வருடமாகியும் அவர்கள் மனதில் நான் இன்னும் அந்த 'கருங்காலி சூப்பர்வைசராக' இருப்பதற்குக் காரணம், அது அவர்கள் வாழ்வோடு சம்பந்தப்பட்ட கதாபாத்திரம் என்பதை நான், நீண்ட நாள் ஆலோசனைக்குப் பிறகு நானாக (கவனிக்க – 'நானாக') முடிவு செய்தேன்.

அந்த கருங்காலி சூப்பர்வைஸர்போல் நம் வாழ்வில் எத்தனையோ கருங்காலிகளைக் கடந்திருப்போம். சமாளித்தும் இருப்போம்.

சமயங்களில், அந்தப் படத்தில் பெட்டியைப் போட்டு ஹீரோவும், அவர் நண்பனும் துணி பார்சல் அடங்கிய அந்தப் பெட்டியை என் கழுத்தில் போட்டு உடைப்பார்களே, அதேபோல எதையாவது செய்திருப்போம்.

அலுவலகத்தில், வேலை பார்க்கும் இடத்தில், தெருவில், உறவில், ஏன் நட்பில் இப்படி வாழ்க்கையில் நாம் கருங்காலிகளைச் சந்தித்துக் கொண்டிருக்கிறோம். அதனால் அந்த கேரக்டர், மக்கள் மனதில் நின்றுவிட்டது. இத்தனைக்கும் அந்த கேரக்டரில் நடிக்க மறுத்தேன் என்பதுதான் உண்மை.

நான் 'துரை' என்ற படத்தை இயக்கிக் கொண்டிருந்த சமயம். அர்ஜுன் சார் ஹீரோவா நடித்த படம் அது. அப்போது, படப்பிடிப்பு மும்முரமாக போய்க் கொண்டிருந்த சமயம்.

ஒருநாள், இயக்குநர் வசந்தபாலனிடம் இருந்து போன் வந்தது.

"சார்... நான் உங்களை 'மீட்' பண்ணனும்" என்றார் போனில்.

"வாங்களேன்... நாளைக்கு 'ப்ரீ'தான்" என்றேன்.

மறுநாள் சந்தித்தோம் நானும் வசந்தபாலனும். ஜென்டில்மேன், காதலன் படங்களில் ஷங்கர் சாரிடம் வேலை பார்த்ததால் ஏற்கனவே பரிச்சயம். அப்போது நான் அஸோஸியேட் டைரக்டர். வசந்தபாலன் அஸிஸ்டென்ட். நாங்கள் பாலன் என்றுதான் அழைப்போம்.

எனக்கு வேலையில் எல்லாம் சரியாக இருக்கணும். எனவே, அதிகம் கெடுபிடி பண்ணுவேன். முதலில் என்னைக்கண்டாலே மிரளும் அந்த பாலன், பின்நாளில் நல்ல நண்பர் ஆகிவிட்டார். பின் இயக்குநரானார். அதன்பின் நடந்த ஆத்மார்த்த சந்திப்பு அது.

பட்டியலிட்டுப் பாராட்டினேன். புன்முறுவலுடன் பாலன் கேட்டபடி இருந்தார்.

“அப்புறம் சொல்லுங்க பாலன், என்ன விஷயம்?”

“சரி, அடுத்து அங்காடித் தெரு என்று ஒரு படம் பண்றேன். அதுல கருங்காலின்னு ஒரு கேரக்டர். அதுக்கு இதுவரை 2000 பேர்களுக்குமேல் ‘ஆடிஸன்’ பார்த்துட்டோம். யாரும் செட் ஆகல. நீங்க பண்ணினா சிறப்பா வரும். அதுக்கு நீங்க”

“நானா... நடிக்கிறதா.... பாலன், எனக்கு ஷூட்டிங் நடந்துக்குனு இருக்கே”

“பகலா? நைட் ஷூட்டிங்கா?”

“டே ஷூட் தான்”

“அப்போ நல்லதாப் போச்சு”

“எனக்கு ஜவுளிக்கடை நைட்லதான் பெர்மிஷன். நீங்க 10 மணிக்கு வாங்க. ஒரு மணிக்கு அனுப்பிடுறேன். ப்ளீஸ் சார்”

“கண்டிப்பா நான் நடிக்கணுமா?”

“நீங்க ஓ.கே.ன்னு சொல்லலேன்னா ஷூட்டிங்ஸ் தள்ளிவச்சிடுவேன்”

ஏனோ தெரியவில்லை. பாலன் இப்படிச் சொன்னதும் ஓ.கே.ன்னு சொல்லிட்டேன். மடமடவென வேலைகள் தொடங்கின. காஸ்டியூம் அளவுகள் எடுத்தார்கள். கண்ணாடி அளவு மாற்றி, வேறு மாட்டினார்கள். என்னைக் கருங்காலியாக மாற்றி ஷூட்டிங்கும் ஆரம்பித்துவிட்டார்கள்.

முதல் நாள்.

புத்தாண்டுக் கொண்டாட்டத்துக்காக கடையை அலங்கரித்துக் கொண்டிருப்பார்கள். நான் அங்கே வந்து,

“எலே, வேலையை முடிக்க அவ்வளவு நேரமாச்சல்ல” என மிரட்டலாகக் கேட்கவேண்டிய காட்சியில் (படத்தில் அந்தக் காட்சி இல்லை. எடிட்டிங்கில் நீக்கப்பட்டது) நடித்தேன்.

‘சூப்பர் சார்!’ என்றார் பாலன்.

அதன்பின் தொடர்ச்சியாக படப்பிடிப்புகள் நடந்தன. படப்பிடிப்பு நடக்க நடக்க கண்முன் மூன்று விஷயங்கள் தோன்றின:

1. படம் ‘ஹிட்’ ஆகப் போகுது.

2. நம்ம ‘கருங்காலி’ கேரக்டர் ரொம்ப மோசமான கேரக்டராக இருந்தாலும் மக்களிடையே பேசப்படும் கேரக்டராக இருக்கும்.

3. இப்படத்துக்குப் பிறகு நாம் பரபரப்பான நடிகன் ஆவோம்.

ஆனால், படம் ரிலீஸ் ஆகி ஒன்பது மாதங்கள் ஆகியும் எனக்கு ஒரு படம்கூட வாய்ப்பு வரவில்லை. யாரும் கூப்பிடவில்லை. எனக்கோ ‘ஷாக்’. என்னடா, இவ்வளவு பெரிய டைரக்டர் ஒரு ஹிட் படத்தில் நடித்திருக்கிறார். யாரும் கூப்பிடலை. ஒன்பது மாதம் ஆச்சு. ஒரு படத்துக்குக் கூடவா கூப்பிட மாட்டார்கள்!

ஏன் இப்படி...யோசித்தேன்.

“ஓஹோ! இவர் புரொபஷனல் நடிகன் கிடையாது. அடிப்படையில் இயக்குநர். வசந்தபாலன் என்பதால் நடித்துக் கொடுத்திருக்கிறார். நாம போய் கூப்பிட்டா நடிப்பாரோ, இல்லையோ...” இந்தத் தயக்கத்தில்தான் யாரும் கூப்பிடலையோ. உண்மையைச் சொல்லணும்னா, நான் கதை, திரைக்கதை, வசனம் எழுதி இயக்கி நடிக்கணும்னுதான் சினிமாவுக்கே வந்தேன். வந்தபிறகு அஸிஸ்டென்ட் டைரக்டராகச் சேர்ந்து, பின் வேலைபார்க்கும் சமயங்களில், ‘நாம் நடிப்பதெல்லாம் சரிப்பட்டு வராது. படஇயக்கத்தில் மட்டும் கவனம் செலுத்தினால் போதும்’ என முடிவுசெய்துவிட்டேன்.

பேருக்கு உதவி இயக்குநராக இருந்த படங்களில் ஒருசில ‘சீன்’களில் தலைகாட்டியதோடு சரி. நான் இயக்கிய படங்களில்கூட, ‘செல்வா’ ‘நிலாவே வா’ படங்கள் தவிர, வேறு படங்களில் நடிக்கவில்லை. இந்த ஒன்பது மாத காலத்தில், அர்ஜூன் நடிக்க ‘வல்லக்கோட்டை’ என்ற படத்தையும் முடித்துக் கொடுத்துவிட்டேன்.

அது என் இயக்கம். என்ன, அதில் எனக்கு ஏற்ற கேரக்டர் இல்லாததால் நான் நடிக்கவில்லை. அதன்பிறகு ஒரு படத்தில் என்னை நடிக்கக் கூப்பிட்டார்கள். அதுதான் ‘சட்டப்படி குற்றம்’. இயக்குநர் எஸ்.ஏ.சந்திரசேகர் நடித்தது. சத்யராஜ் அவருக்கு எதிரான வில்லன் பாத்திரம். கமர்ஷியல் கதை.

நடிக்க ஆரம்பித்தேன். தொடர்ச்சியாக நடிக்க வாய்ப்பு வந்தது.

அழகன்–அழகி தொடங்கி இதோ, சற்றுமுன் நடித்து முடித்த ‘பூமி’ வரை பத்துக்கும் மேற்பட்ட படங்களில் நடித்து, நடிப்பும் போய்க்கொண்டிருக்கிறது. இயக்கமும் போய்க்கொண்டிருக்கிறது.

நடித்து இயக்குகிற எண்ணம் இப்போது நிறைவேறியிருக்கிறது. பாருங்கள்:

'எண்ணிய எண்ணியாங் கெய்துபவ எண்ணியார்
திண்ணியர் ஆகப் பெறின்'

இந்தத் திருக்குறள் உண்மைதான். நாம் நம் ஆழ்மனதில் போட்டுவைத்த எண்ணங்கள் நம்மை நாம் நினைத்த இடத்துக்கே அழைத்துச் சென்றுவிடுமாம். நினைத்ததை முடித்தவர்கள் அதை எல்லாமே உறுதியாக முடித்தால் இதுதான் நன்றாக அமையும் விளைவு.

யோசித்துப் பாருங்கள். ஏதோ ஒரு சூழலில் ஒரு வெறுமையை ஏற்படுத்த நமக்கு யாரும் இல்லை... இனி அவ்வளவுதான். நம் வாழ்க்கையில எல்லாம் போச்சேன்னு இங்க அலறுகிறவர்கள் அதிகம். ஆனால் குறிப்பாகச் சிலபேர், "என்னாச்சு? இப்படி நடந்துடுச்சு"

அவ்வளவுதான். இனி, இந்தத் தப்பு நடக்காம அடுத்தகட்ட வேலையைப் பார்ப்போம்னு இணங்கி, அடுத்த வேலைக்குத் தயாராவார்கள். இதற்குக் காரணம், அவர்கள் மனதை அந்தளவுக்குத் தயார்ப்படுத்தி வைத்திருப்பார்கள்.

ஆம்.

நான் பல துறைகளில் அதாவது, சினிமா மட்டுமல்ல; இன்ஜினியராக, இண்டீரியர் டெக்கரேட்டராக, பேங்க் மேனேஜராக, கடை முதலாளிகளாக, ஹோட்டல் அதிபர்களாக, பெரிய, சிறிய கம்பெனி ஓனர்களாக, இப்படி பலபேரை பல துறைகளில், ஜெயித்தவர்களைக் கேட்டேன்:

"நீங்க ஜெயித்ததுக்குக் காரணம், கடுமையான உழைப்புதானே?" என்று.

அவர்களின் ஒட்டுமொத்தப் பதிலின் சாராம்சம் இதுதான்:

"உழைப்பு மட்டுமல்ல. இப்படி வரணும்னு ஒரு குறிக்கோளோடு உழைச்சேன். எவ்வளவோ கஷ்டம் வரும். மனசுல வைராக்கியத்தோட உழைச்சேன் வந்துட்டேன்" அந்த 'வந்துட்டேன்' என்ற வார்த்தைக்குப் பின்னால் நிற்பது:

'எண்ணிய எண்ணியாங் கெய்துபவ எண்ணியார்
திண்ணியர் ஆகப் பெறின்'

* * *

வெற்றிபெற்ற சண்டமாருதம்

சரத்குமார் + வெங்கடேஷ் காம்பினேஷனில் 'சண்டமாருதம்' படம் எடுக்கணும்னு இருந்தபோது யாரும் அதை பெரிசா வரவேற்கல. சரத் சார் நான்கு ஆண்டுகள் நடிக்காததன் இடைவெளி மற்றும் படம் நன்றாகப் போகுமா என்ற சின்ன எதிர்பார்ப்பும் இல்ல. வெங்கடேஷ் டைரக்சன் ஹீரோ சரத்குமார் சேர்ந்து மற்றொருமொரு வெற்றிப்படம் முடியுமா?

தயாரிப்பாளர் லிஸ்டின், மலையாளத்தில நிறைய படம் எடுத்தவரு.

சார் கூட, இப்ப சரத் சார் கமர்ஷியல் படம் எடுபடுமா? என்ற சந்தேகம் எழுந்திட அந்த யோசனையில் அவரவர் ஆழ்ந்திருக்க, ஒருமுறை கதை விவாதம் நடைபெற்றது. கதைகேட்க வந்தவர்களுக்குத் தெரிந்திருக்கிறதோ இல்லையோ ஆனால், உங்களுக்குத் தெரியுமா?

எனக்கும், சரத் சாருக்கும், படம் வெற்றி பெறும் என்று உறுதியான நம்பிக்கை இருந்தது. பெரிய ஆதரவுபெறும் என்றும். அதுதான் முதன்மையான மையப் புள்ளி. அதிலிருந்துதான் மற்ற நிகழ்வுகள் கோர்வையாக அமைந்துவிட்டன.

எனவேதான் நம்பிக்கையின் உச்சமாக, படம் வெளியாகி 500 பிரிண்ட் எடுத்த எடுப்பிலேயே போட்டு உலகெங்குமுள்ள எல்லா திரையரங்குகளிலும் திரையிட்டு நல்ல வெற்றிபெற்றது. அதற்குக் காரணம், சரத் சார் என்மீது வைத்த நம்பிக்கை; நான் அவர்மீது வைத்த நம்பிக்கை. மேலும், எங்கள் டீம் வைத்த நம்பிக்கை.

இதைத்தான் கவிஞர் கண்ணதாசன் ஒரு பாடல் வரியில் கூறியுள்ளார்:

"நம்பிக்கை வைத்து கல்லையும் பார்த்தால் தெய்வத்தின் காட்சி அம்மா. அதுதான் உள்ளத்தில் சாட்சி அம்மா."

அத்தகு நம்பிக்கை கொண்டிருந்ததாலேதான் வாஸ்கோடகாமா, ஆப்பிரிக்கக் கண்டத்தின் தென்கோடி முனையைத் தாண்டியபோது, அதற்கு 'நன்னம்பிக்கை முனை' என்று பெயர்வைத்தார். அதை, அவர் இழந்திருந்தால் இந்தியா வந்திருப்பாரா? காலிகட் என்ற கோழிக்கோடு வந்து இறங்கியிருப்பாரா?

நம்பிக்கை நாயகமாக பள்ளிப் பருவத்திலே நான் இருந்தேன் என்பதற்கு பின்வரும் சம்பவம் தக்க சான்றுபகரும்.

எனது நினைவலைகள் பள்ளி நாட்களின் பின்நோக்கிச் செல்கின்றன. அப்போது நான் எட்டாம் கிளாஸ் படிச்சிருந்த நேரம். நான் படித்த தூத்துக்குடி கால்டுவெல் உயர்நிலைப் பள்ளியில் ஆண்டுதோறும் 'பள்ளி ஆண்டு விழா' நடப்பது வழக்கம். அப்போது, நடிக்க ஆர்வமுள்ள மாணவர்களைக்கொண்டு ஒரு நாடகம் நடத்த ஏற்பாடுகள் செய்திருந்தனர்.

பல மாணவர்கள் தங்கள் பெயர்களைக் கொடுத்தனர். அதுபோல நானும் பெயர் கொடுத்தேன். நாடகம் ரிகர்ஸல் நடப்பதற்கு, அதற்கென ஒதுக்கப்பட்ட ஹாலுக்கு வரச் சொன்னார்கள். அதில், நடிக்க ஆர்வமுள்ளவர் எல்லாம் கூடியிருந்த நிலையில் ஒத்திகை நடந்தது.

சரி என்ன நாடகம்?

கலிங்கப் போர்.

மகாஅசோகருக்கும், கலிங்கமன்னன் காரவேலனுக்குமிடையே நிகழ்ந்தது பற்றியது. நடிகர்கள் தேர்வு நடந்தது. அந்த அசோகர் ஓரங்க நாடகத்துக்கு நல்ல குரல்வளம் மிகுந்த மாணவன் தேர்வு செய்யப்பட்டான்.

புத்த பிட்சு வேஷத்துக்கு நல்ல சிவப்பு நிறத்திலிருந்த மாணவன் தேர்ந்தெடுக்கப்பட்டான். நானும், என்போன்ற ஆர்வமிக்கவர்களும் அப்படி நல்ல வேஷம் என்று ரிகர்சலில் பங்குகொள்ளச் சென்றோம்.

ஆனால், எதிர்பாராத திருப்பம். மிஞ்சிய ஏமாற்றம்.

அசோகர் மற்றும் புத்த பிட்சு இருவரும் பேசும் வசனங்கள் ஒத்திகை செய்யப்பட்டன.

எங்களுக்கு என்ன வசனம்? என்ன வேஷம்? என்று ஆவலுடன் எதிர்நோக்கியிருந்த தருணம் அது.

ஒத்திகையில் யுத்தகளம், ரத்தப் பெருக்கு, பிணக் குவியல். அந்தப் பிணங்களின் வரிசையில் நாங்கள் படுக்க வேண்டும். படுக்க வைத்தனர். மற்ற மாணவர்கள் அவரவர் இடத்தில் படுக்க முற்பட்டனர். நான் பிணமாக நடிக்க வேண்டும். அவர்களோடு சேர்ந்து...

கோவேந்தனாக வேஷம் கிட்டும் என்ற நினைப்பில் இருந்த நான் 'கும்பலில் கோவிந்தா'வா?! பத்தோடு பத்தா, அத்தோடு ஒண்ணா. வேஷமில்லை, வசனமில்லை. இதற்கு ஒத்திகையா?

அதிர்ச்சியை, அதிருப்தியை வெளிக்காட்டாமல் அந்த ஆசிரியரை பார்த்துக் கேட்டேன்:

"சார்! எனக்கு டயலாக்கே இல்லியா?"

"என்னடா! பிணம் பேசுமா? போய்ப் படு..."

"சார், இப்படி கும்பலில் படுத்தா என் முகம் எப்படி சார் தெரியும், யார் சார் பாப்பாங்க?"

"ஓஹோ! மூஞ்சி தெரியணுமா? வந்து முன் வரிசையில் வந்து படு. ஜோரா தெரிவே!"

"சார்! எனக்கு ஒரு வேஷம் டயலாக் கொடுங்க"

"இப்ப எப்படி தர்றது?"

"அப்படின்னா வேணாம். நான் வெளியேறுகிறேன்..."

ஒருவகையில் வெளிநடப்புதான்!

வாத்தியார், தொடர்ந்து சத்தமுடன் சொன்னார்:

"என்ன போகிறாய். இனி, இந்த ஸ்டேஜ் நீ ஏற முடியாது. ஞாபகத்தில் வச்சுக்கோ" மிரட்டல் தொனியில் கோபத்தோடு சொன்னார்.

எனக்கு என்மேல் நம்பிக்கை இருக்கிறது.

நாடகம் எழுதமுடியும். நாலுபேர் என்ன, பத்துப்பேர்களை வைத்தும் வசனம் கொடுத்து நடிக்கவைக்க முடியும். நல்லபடி இயக்கமுடியும்! என்று அதுதான் அசைக்கமுடியாத நம்பிக்கை.

முடியும் செய்யமுடியும் என்பதே அந்தத் தாரகமந்திரம். என்னை அந்நாளிலேயே வழிநடத்தியதைத்தான் குறிப்பிட விரும்புகிறேன். இத்தோடு போகவில்லை இந்த விஷயம். பள்ளியில் அடிக்கடி மாணவர்களுக்கு என்று சினிமா காட்டுவதுண்டு. 16 எம்.எம். படம். 10 கமான்ட்மெண்ட்ஸ், கிறைஸ்ட் ஜீஸஸ் இப்படி எல்லாப் படங்களயும் போட்டுக் காட்டுவார்கள். அன்றைய தினம் நாங்கள் எல்லாம் காத்திருந்தோம்.

கிராமத்து டூரிங் டாக்கீஸில் ‘பொட்டி வந்துடுச்சா, பொட்டி வந்துடுச்சா’ என்பார்கள். அதுபோல நாங்களும் கேட்டுக் கொண்டிருந்தோம். ஆனால், பிலிம் டப்பா வரவில்லை. ஒரு பரபரப்பு. ஆனால், எங்கள் தலைமையாசிரியர் எப்படி நெருக்கடி காலங்களில் சமாளிப்பது என்பதற்கு ஒரு முன்னோடியாக இருந்தார்.

பெட்டி வரவில்லை. படம்காட்டப்படாத சூழல் ‘சமாளிப்பிகேஷன்’ நடந்தது. எச்.எம். “யாருக்காவது பாடத்தெரியுமா? நடிக்கத்தெரியுமா? இசைக்கருவி ஏதேனும் வாசிக்கத்தெரியுமா? உங்கள் திறமைகளை வெளிக்கொணர ஒரு நல்ல வாய்ப்புத் தருகிறேன், முன்வாருங்கள்” என்று அழைத்தார்.

ஆஹா! பழம் நழுவி பாலில் விழுந்து, அதுவும் என் வாயிலே விழுந்தது. கென்னடி என்ற நண்பன் கிடார் வாசிக்க முன்வருகிறான். ஒருவன் பாடுகிறான். நான் நாலைந்து பேர்களுடன் விவாதம் செய்துகொண்டிருக்கிறேன். உடனே ஐவர் கொண்ட ஒரு நாடகம் போடுவதற்கு.

கதை வசனம் யாவும் மனப்பாடப் பிரயோகம்தான். பேப்பர் மூச்!

6 காட்சிகள், 20 நிமிடம், ஒரு குறு நாடகம் தயார்.

அன்று மேடை ஏறினேன்.

‘கூறுகெட்ட குப்புசாமி’ அறிவிலி வேலைக்காரன் தப்பும் தவறுமாகச் செய்யும் வேலைகள் நல்லபடியாக அமைவதுதான் நாடகக் கதை. நாடகம் அசத்தலான வெற்றி. இன்னும் சொல்லப்போனால் ஹிட் ஆயிற்று. கிளாப்ஸ் மழைதான் போங்கள்! அன்று பேசிய தலைமையாசிரியர் பாராட்டிச் சொன்னார்:

“வெங்கடேஷ் குழுவினரின் நாடகம் என்னை வியப்படையச் செய்தது. கிட்டத்தட்ட ஸ்பானிஷ் எழுத்தாளர் செர்வான்டிஸ்

எழுதிய 'டான் குவிக்ஸாட்' அதுவேதான், தமிழில் வெளிவந்த மாயூரம் வேதநாயகம்பிள்ளையின் 'பிரதாப முதலியார் சரித்திரம்'போல இருந்தது. ரொம்ப ஆச்சரியம். ரொம்ப சந்தோஷம். அவன் எதிர்காலத்தில் கலைத்துறையில் நிச்சயம் பிரகாசிப்பான் என்பது உறுதி" என்று பலத்த கைத்தட்டல்களுடையே சொன்னார்.

அன்று சொன்ன அமுத வாக்கு!

"Aim at the star and shoot at the sky" ஆசான் வாக்கு!

அது பலித்ததற்கு எனது சுயநம்பிக்கைதான் மூல காரணம். சரி, மேலும் விஷயத்துக்கு வருவோம். அடுத்த ஆண்டு வருடாந்திர விழா. எச்.எம். சொன்னதாக ஒரு நாடகம் போட என்னைக் கூப்பிட்டார்கள். ஆனால், அதற்கென்று இதுநாள் வரையில் இருந்த ஆசிரியரைத்தாண்டி, நான் அந்த வாய்ப்பை பயன்படுத்திக் கொள்ளவில்லை. பவ்யமாக மறுத்துவிட்டேன்.

ஏன்? என்று அவரே வியப்புடன் கேட்டார்.

"சார், நீங்கள் மறுத்ததன் விளைவாக ஒரு உந்துதல் உள்ளத்தில் ஏற்பட்டது. யாராயிருந்தாலும் அவருக்கான ஒரு நல்ல வாய்ப்பை நான் சுயலாபத்துக்கு உபயோகப்படுத்திக்கொள்ள மாட்டேன்" என்றேன்.

அந்த உந்துதல், தூண்டுதல் என்னை உருவெடுக்கச் செய்தது. ஊக்குவித்தது. நான் நாடகம் எழுத வேண்டும், போட வேண்டும், பட்டறையில் தீட்டிய பட்டாக்கத்தியாக ஒளிவீச வேண்டும் என்ற நம்பிக்கை.

என் நம்பிக்கை தன்னம்பிக்கை.

என் நம்பிக்கை நன்னம்பிக்கை.

அது, சரியான சமயம் சரியான திசையைக் காட்டும், வழிகாட்டும்.

* * *

எல்லாமே முடியும்!

இதை நான் எழுதும் தேதி பிப்ரவரி 28, 2015. இன்று 'ரொம்ப நல்லவன்டா நீ' என்ற படத்தின் ஸ்பெஷல் ஷோவில் பத்திரிகையாளர் சந்திப்பை முடித்துவிட்டு வந்து எழுதுகிறேன். கடந்த ஒன்றரை வருடங்களாக எனது இயக்கத்தில் படங்கள் ரிலீசாகவில்லை. ஆனால், கடந்த ஜனவரி 30ம் தேதி பரத் நடித்த 'கில்லாடி' என்ற படம் ரிலீஸானது.

கடந்த பிப்ரவரி 20ம் தேதி சரத்குமார் நடித்த 'சண்டமாருதம்' ரிலீஸானது. இதோ, வருகிற மார்ச் 6ம் தேதி 'ரொம்ப நல்லவன்டா நீ' ரிலீஸாகிறது.

என்ன ஆச்சரியம்! தமிழ் சினிமா மட்டுமல்ல, உலக சினிமாவில்கூட 35 நாட்களுக்குள் ஒரு இயக்குநரின் மூன்று படம் வெளியானது என்றால், அது என் படங்களாகத்தான் இருக்கும்.

ஒன்றரை வருடங்கள் எனது எந்தப் படமும் ரிலீஸாகவில்லை. தொடர்ச்சியாக மூன்று படங்கள். அதுவும் 35 நாட்களுக்குள். தோராயமாக 15 நாள் இடைவெளியில் ரிலீஸாகிறது. என்ன காரணம்? ஏதேதோ காரணங்களால் தடைப்பட்ட படங்கள் ஒன்றன்பின் ஒன்றாக ரிலீஸாகிறது.

பைபிளில் ஒரு வாசகம் உண்டு. 'தேவனால் எல்லாம் முடியும்'

குர்ரானில், 'ஆண்டவன் கொடுக்கிறதை யாராலும் தடுக்கமுடியாது. ஆண்டவன் தடுக்கிறதை யாராலும் கொடுக்க முடியாது'

கீதையில், 'எது நடக்கிறதோ அது நன்றாகவே நடக்கிறது' என்று.

இதுதான் வாழ்க்கை. இப்படிப்பட்டதுதான் வாழ்க்கை. எது? எப்படி? எங்ஙனம்? நடக்கும் என யோசித்தால், சிலசமயம் சிரிப்புத்தான் வரும்.

எனது இயக்கத்தில் விஜய் அவர்கள் நடித்த 'பகவதி' வெளியானவுடன் அடுத்து, அஜித் அவர்களை வைத்துப் படம் பண்ணவேண்டும் என முயற்சி செய்துகொண்டிருந்தேன். என் துரதிருஷ்டம், அஜித் அவர்களைச் சந்திக்க தேதி கிடைக்கவில்லை. இந்தசமயம் ராக்லைன் வெங்கடேஷ் (தற்சமயம் 'லிங்கா' படத் தயாரிப்பாளர்) அவர்கள் கம்பெனியில் இருந்து ஓர் அழைப்பு. சென்று பார்க்கிறேன்.

கன்னடத்தில் புனித் ராஜ்குமார் அவர்கள் நடித்து 'அப்பு' என்றபெயரில் ஹிட் அடித்து, அதே படம் 'இடியட்' என்ற பெயரில் தெலுங்கிலும் ரீமேக் ஆகி ஹிட் அடித்திருந்தது. அந்தப் படத்தை தமிழில் திரு. சிம்புவை வைத்து இயக்கித் தரக் கேட்டார்கள். அப்போது சிம்புவுக்கு 'காதல் அழிவதில்லை' வெளியாகியிருந்த சமயம். உடனே, சரி என்று ஒப்புக்கொண்டு அந்தப் படத்தை இயக்கினேன். அந்தப் பட சூட்டிங் முழுக்க முழுக்க பெங்களூரில் நடந்தது. அப்போது, அந்தப் படத்தில் கதாநாயகியாக நடித்த ரக்ஷிதா எனக்கு ஒரு கன்னட ஹீரோவின் பெயரைக்கூறி, அவரைத் தெரியுமா? எனக் கேட்டார்.

"படங்களில் பார்த்திருக்கிறேன். ஏன்?" என்று கேட்டேன்.

"இல்ல, போன் பேசினார். உங்க படங்களில் 'பகவதி' அவருக்கு ரொம்பப் பிடிக்குமாம்" என ரக்ஷிதா கூறினார்.

"அப்படியா? எங்கே அவருக்கு போன் போடுங்கள்" என்று கூறினேன். ரக்ஷிதா அந்த ஹீரோவுக்கு போன் போட்டுத் தந்தார். நான் அவரிடம் சம்பிரதாய நிமித்தமாக நன்றிகூறி, நலம் விசாரித்துவிட்டு போனை வைத்துவிட்டேன். அதன்பிறகு, அந்தப் படத்தின் படப்பிடிப்பு முடிவடைந்தது. சென்னை வந்து போஸ்ட் புரொடக்சன் வேலைகள் முடித்து 'தம்' வெளியாகி, வெற்றி...!

அனைத்து சென்டர்களிலும் வெற்றிகரமாக ஓடிக் கொண்டிருக்கும்போது எனக்கு ஒரு போன். பேசியவர், பெங்களூரில் உள்ள ஒரு பெரிய தயாரிப்பாளர். அவர் கன்னடத்தில் என்னைவைத்து ஒரு படம் எடுக்க விரும்புவதாகக் கூறினார்.

'ஹீரோ உங்களை சிபாரிசு செய்தார்' என்றார்.

‘யார் அந்த ஹீரோ?’ எனக் கேட்டபோது, பெயர் கூறினார்:

ரக்ஷிதா சொல்லி, பெங்களூரில் ‘தம்’ படத்தின் படப்பிடிப்பு நடந்தபோது நான் ஒரு ஹீரோவுடன் போனில் பேசினேன் எனச் சொன்னேன் அல்லவா? அந்த ஹீரோதான். பகவதி, தம் போன்ற எனது படங்களைப் பார்த்து இம்ப்ரஸ் ஆகி, என்னை அந்த கன்னடத் தயாரிப்பாளரிடம் சிபாரிசு செய்து இருக்கிறார்.

அவரிடம் “சரி. பண்ணலாம்” என்றேன்.

“விரைவில் சந்திக்கலாம்” எனக்கூறி போனை வைத்துவிட்டார் அந்தத் தயாரிப்பாளர்.

சரியாகப் பத்து தினங்கள் கழித்து, மறுபடியும் போன்.

“இன்று மதியம் 4 மணிக்கு அண்ணா சாலையில் உள்ள ‘பார்க்’ ஓட்டலுக்கு வர முடியுமா?” என, அதே கன்னடத் தயாரிப்பாளர் போன் செய்தார்.

“என்ன சார் விஷயம்?” என்றேன்

“இல்ல, படத்தின் கதாநாயகன் என்னுடன் வந்திருக்கிறார். உங்களைச் சந்திக்க வேண்டும்” என்று கூறினார்.

மதியம் 4 மணி. பார்க் ஓட்டல். அது, அப்போதுதான் புதிதாகக் கட்டியிருந்தார்கள். ஒரு பிரமாண்டமான அறையில் ஹீரோ தங்கியிருந்தார். பொதுவாக, எனக்கு இந்த ஸ்டார் ஓட்டல் கலாச்சாரம் மிகவும் அலர்ஜி. அங்குள்ள ஊழியர்கள் அனைவரும் வருபவர்களை ஒரேமாதிரி நடத்த மாட்டார்கள். ஆள், அம்பு, உடை, பேசும் மொழி இதற்குத்தக்க மரியாதை தருவார்கள் என்பதால், ஸ்டார் ஓட்டலுக்குள் போகும்போது, என்னையும் அறியாமல் எனக்குள் ஒருவித ‘டென்ஷன்’ உருவாகும்.

அன்றும் அப்படித்தான்.

அந்த பிரமாண்டமான அறை. கன்னட முன்னணி ஹீரோ. முன்னணித் தயாரிப்பாளர். நான் மட்டும் இயக்குநராக அறிமுகமாகி, ஒருவித டென்ஷனுடன் அமர்ந்திருந்தேன்.

“எனக்கு கன்னடத்திலே ‘பகவதி’ மாதிரி ஒரு மாஸ் கதை பண்ணணும். உங்களிடம் அந்த மாதிரி கதை இருக்கா?” அழகா நேரடியாகக் கேட்டார்.

“லைன் இருக்கு சார். பட் கதையாகச் சொல்ல, எனக்கு ஒரு வாரம் இல்ல பத்து நாள் வேணும்”

“ஓ.கே. பத்துநாள் டைம் எடுத்துக்குங்க. கதையை டெவலப் பண்ணிட்டுச் சொல்லுங்க. பெங்களூர் வாங்க. கதையைக் கேட்கிறேன். பிடிச்சிருந்தா உடனே ஆரம்பிச்சிடலாம்”

“ஓ.கே. சார்” என கிளம்பினேன்.

இது நடந்து சரியாகப் பதினோராவது நாள். நான் பெங்களூரு போகிறேன். போகும்போது என் அஸோஸியேட் கணேஷிடம் கதையைக் கூறுகிறேன். “சூப்பரா இருக்கு சார்!” என்கிறார். மகிழ்ச்சியுடன் பெங்களூரு சென்று இறங்குகிறேன்.

தயாரிப்பாளரே வரவேற்க வந்திருக்கிறார். அவரது ‘சிம்ப்ளிஸிடி’ பிடித்திருந்தது. பின், ஒரு ‘club house’ல ‘room’ போட்டு டிஸ்கஷன் பண்ணச் சொன்னார்.

இரண்டாவது நாள், ஹீரோ வந்தார். கதையைக் கேட்டார். சூப்பர் என்றார். பின் பேச்சு தொடர்ந்தது. போவதற்குமுன் நாளை மறுபடியும் கதையைக் கேட்போம் என்று கூறிவிட்டுச் சென்றார்.

“என்னடா சூப்பர்னு சொன்னார். நாளை மறுபடியும் கேட்போம்னுட்டு போறாரு” –என்று, நானும் எனது அஸோஸியேட்டும் பேசிக்கொண்டோம்.

மறுநாள்,

ஹீரோ வந்தார். இம்முறை அவருடன் மூன்றுபேர். ஒருவர் அவரைவைத்துப் படம் இயக்கிய கன்னட இயக்குநர். இன்னொருவர் அப்படத்தின் ஒளிப்பதிவாளர். மூன்றாமவர் ஹீரோவின் நலம் விரும்பியாம். ஹீரோவே சொன்னார்.

“அவர்களை வைத்துக்கொண்டு கதை கேட்க விரும்புகிறேன். சொல்லலாமா? இல்லே அப்ஜெக்ஷன் இருக்கா?”

சுர்ர்னு ஏறுது கோபம். ஆனால் மனசு,

“அவசரப்படாதே” என்றது.

“நோ அப்ஜெக்ஷன் சார்” என்றேன்.

“சரி சொல்லுங்க” என்றார்.

மூச்சுவிடாமல், முதல் காட்சியில் ஆரம்பித்து முழுக்கச் சொல்லி முடித்தேன். பின்பு அவர்களுக்குள் ஏதேதோ பேசினார்கள். என்னிடம் நிறைய கருத்துகள், ஆலோசனைகள் வழங்கினார்கள். இப்படியே பொழுது முடிந்தது.

“சரி, கிளம்புகிறேன்”

அந்த ஹீரோ இப்படிக் கூறினார்: “இந்தக் கதை ஓ.கே.தான். இதைவிட ‘பெட்டரா’ ஒரு கதை பிடிக்கலாமா?” என்று அவர் கூறியதும், அந்தத் தயாரிப்பாளரோ “அதனால் என்ன, இந்த டைரக்டர் சூப்பர். அதெல்லாம் இன்னும் மூணுநாள்ல வேற கதை சொல்வாரு” எனக்கூறி கைகுலுக்கி ஹீரோவும் அவரது சகாக்களும் சென்றனர்.

“முடியாது சார்–முதல்ல கேட்டதும் சூப்பர். மறுபடியும் கேட்டுட்டு, இப்ப வேற கதை சொல்லுனா என்னால் முடியாது. நான் ஊருக்குக் கிளம்புறேன்” எனக் கூறினேன்.

விடாப்பிடியாக தயாரிப்பாளர், “சார், இங்க நல்ல பிசினஸ் உள்ள ஹீரோ. விட்டுட வேணாம். ஒரு மூணுநாள் டிரை பண்ணுங்க. முடியலனா கிளம்புங்க”

“சார், டிரை பண்ணிப் பார்ப்போம்” அஸோஸியேட் கணேஷ் தூபம் போட்டார்.

“ஓ.கே. சார். நாளைக்கு விக்ரம் நடிச்ச ‘சாமி’ படம் ரிலீஸ் ஆகுது. பார்க்கணும்.”

மறுநாள், தயாரிப்பாளரோடு போனால் படம் ஃபுல். டிக்கெட் இல்லை.

திரும்பிடலாமா என யோசித்தால், எதிர் தியேட்டரில் ‘தில்’ என்ற தெலுங்குப் படம் 25 நாள் ஓடிக்கொண்டிருந்தது. “சரி, சார். அதுக்குப் போகலாம்” என்றேன்

“நான் பாத்துட்டேன்” என்றார்.

“நான் பாக்கணுமே” என்றேன்.

“சரி. நீங்க போய்ப்பாருங்க. நான் ஈவினிங் பிக்–அப் பண்ணிக்கிறேன்” என்று போய்விட்டார்.

நாங்கள் போய் படம் பார்த்தோம். படம் சுமாராக ஆரம்பித்து அங்கங்கே சில சுவாரஸியமான திருப்பங்களோடு, கிளைமாக்சில் சில சுவாரஸியமான திரைக்கதை அமைக்கப்பட்டிருந்தது.

பத்தாததற்கு காலேஜ் பின்னணி வேறு. “ஓ! இதுதான் இந்தப் படம் நல்லா போறதுக்குக் காரணமா?” எனப் பேசியபடியே நானும் கணேஷும் வந்தோம்.

காரில் வரும்போது தயாரிப்பாளர் கேட்டார்:

"படம் எப்படி சார்?"

"எனக்குப் பிடிச்சிருக்கு"

"கொஞ்சம் கமர்ஷியலா இல்ல"

"கொஞ்சம் இல்ல நல்ல கமர்ஷியல் கதை"

"தமிழில் பண்ணலாமா?" அவர். "பண்ணலாம். மினிமம் கேரண்டி இருக்கு சார். ஆனா, இந்நேரம் யாராவது வாங்கி இருப்பாங்க" நான்.

"இல்ல சார்! யாரும் வாங்கல. வாங்கிடவா?"

"வாங்குங்க. யாராவது தமிழிலே கேட்டா லாபம் வச்சு வித்திடுங்க. ஆனா, கண்டிப்பா கேப்பாங்கன்னு தோணுது"

அதற்கடுத்த நாட்களில் நாங்கள் சொன்ன கதை அந்த ஹீரோவுக்குப் பிடிக்கவில்லை. சென்னை திரும்பிவிட்டோம். ஒரு வாரம் கழித்து அந்தத் தயாரிப்பாளரிடமிருந்து போன்.

"யாராவது கேட்டா சொல்லுங்க. அந்தப் படம் ரைட்ஸ் பற்றி"

"சரி சார்"

சரியாகப் பதினைந்து நாட்கள் கழித்து, நம்பினால் நம்புங்கள் ஒரு தயாரிப்பாளர் என்னிடம், "தம்பி, சிம்பு டேட்ஸ் கிடைச்சிடுச்சு. தெலுங்கில ஒரு படம் நல்லா ஓடிக்கிட்டு இருக்கு. 'தம்' ஹிட் கொடுத்த உங்களை வச்சு தமிழ்ல பண்ணலாம்னு நினைக்கிறேன். ரைட்ஸ் யார்கிட்டே இருக்குதுன்னு விசாரிச்சுக்கிட்டு இருங்கன்னார்"

"சார்! அந்த ரைட்ஸ் வச்சிருக்கிற தயாரிப்பாளரை எனக்குத் தெரியும்" என்றேன்.

பின்னர் இருவரும் சந்தித்தார்கள். பேசினார்கள். இணைந்து தயாரித்தார்கள். படம் நல்ல வெற்றிபெற்றது.

அந்தப் படம்தான் 'குத்து'.

கன்னடத் தயாரிப்பாளர் திரு கே.சி.என்.சந்திரசேகருடன் இணைந்து அதை தமிழில் தயாரித்தவர் தெய்வானை மூவீஸ் திரு. அமுதா துரைராஜ் அவர்கள்.

எங்க ஆரம்பிச்சு புள்ளி எங்க போயி, எப்படி முடிஞ்சுது பாருங்க.

அப்போ தெரியல. படம் முடிஞ்சு ரொம்ப நாட்கள் கழிஞ்சு, ஒருநாள் யோசிச்சுப் பாத்தப்போ இது, என் மனசுல சினிமாப் படம்போல ஓடியது. ஒண்ணு மட்டும் புரியுது.

'எல்லாமே முடியும். ஆனால், எப்படின்னுதான் தெரியாது'

எது நடந்ததோ அது நன்றாகவே நடந்தது.

எது நடக்கிறதோ அது நன்றாகவே நடக்கிறது.

எது நடக்குமோ அது நன்றாகவே நடக்கும்.

"After all, life is a game. Yes undoubtedly… We are all simply and only players. Who is the winner? Who is the runner? It's not in our hands; it's in the hands of Almighty."

அதுதான் உண்மை.

* * *

இயக்கநர்: A.வெங்கடேஷ்

இளமையில் வறுமை துரத்திய கொடுமை

ஒருமுறை என் வீட்டுக்கு ஒரு தயாரிப்பாளர் வந்துவிட்டுச் சென்றார். பின், அவர் என் முன்னிலையில், அவர் மகனிடம் இப்படிக் கூறினார்:

"தம்பி, சார் வீட்டுக்குப் போயிருந்தேன். எவ்வளவு சிம்பிளான லைப் ஸ்டைல் தெரியுமா? நானும் டைரக்டர் வீடுன்னா என்னமோ ஆகா...ஓகோ...ன்னு இருக்கும்னு நினைச்சுப் போனேன். ரொம்ப சாதாரணமாக ஒரு மிடில் கிளாஸ் லைப் ஸ்டைலில்தான் இருக்காரு" எனக் கூறினார்.

அவரது மகன் திரும்பி என்னை ஆச்சரியமாகப் பார்த்தான். நான் சிரித்துக்கொண்டேன்.

"நாம் வாழறத்துக்குத்தான் வசதியே தவிர, வசதியாக வாழ்ந்து ஆகணும்னு கட்டாயம் இல்லை" என்றேன்.

இருவரும் சிரித்துக் கொண்டார்கள்.

எனது அஸிஸ்டெண்ட்டுகள் அனைவருக்கும் நான் சொல்லும் ஒரே அட்வைஸ். "இது நம்ம சொந்தப் படம் மாதிரி நினைச்சுப் பண்ணுங்க. யாரோ ஒருத்தர் காசு போடுறாரேன்னு வேஸ்டேஜ் பண்ணிடாதீங்க... தேவையில்லாம பணத்தை வேஸ்ட் பண்ணாம பாத்துக்கோங்க. ஏன்னா, யாரோடதென்றாலும் பணம், பணம்தான்..." என்பேன்.

ஏனெனில், தயாரிப்பாளரிடம் நல்ல பேர் வாங்க வேண்டும் என்ற எண்ணத்தில் இல்லை.

அவ்வளவு ஏன்?

தயாரிப்பாளர்களிடமே கோபப்படுவேன். சமயங்களில் அது நடக்கும். காரணம்–திட்டமிடல், வீணாக்காமை எனக்கு முக்கியம். ஏனெனில், இளமையில் பணத்துக்கு நான் பட்ட கஷ்டங்கள் அவை. அது சரியான, இளமைப் பருவத்தில் பட்ட கஷ்டங்கள். நல்ல செழிப்பான சூழ்நிலையில் கஷ்டமே தெரியாமல் வளர்ந்த ஒருவன், கஷ்டப் படும்போது, அந்தக் கஷ்டத்தின் வலி இரட்டிப்பாக இருக்கும்.

எனக்கு நினைவு தெரிந்தவரையில் 1வது வகுப்பு போகும்வரை கஷ்டம்தான். அதன்பின் கல்லூரியில் ஒரு சீரான வாழ்க்கை. ஆனால், கல்லூரியில் சேர்ந்து பயிலும்போது, அந்தக் கல்லூரி வாழ்க்கையில் உள்ள ஆட்டம், பாட்டம், கொண்டாட்டத்தில் வாழ்க்கையில் உள்ள கஷ்டம் எனக்குத் தெரியவில்லை அல்லது தெரியாமல் எனது தாயார் வளர்த்தார்கள் என்றுதான் சொல்ல வேண்டும்.

இதில் மனதில்கொள்ளவேண்டியது 'கீதை'யைத்தான். "கடமையைச் செய். பலனை எதிர்பாராதே" என்பது எவ்வளவு சத்தியமான வார்த்தை?

நீங்கள் படிக்கிறீர்களா? அதை ஒழுங்காகச் செய்யுங்கள். இல்லை. ஆடுகிறீர்களா? அதை ஒழுங்காகச் செய்யுங்கள். கதை எழுதுகிறீர்களா? அதை ஒழுங்காகச் செய்யுங்கள். உங்களுக்கான பலன் தானாக வரும். உடனே எதிர்பார்க்காதீர்கள். நிச்சயம், வட்டியும் முதலுமாக உங்களிடம் திரும்பிவரும்.

ஏன்?

திடீரென்று ஒரு "take diversion" போனேன் தெரியுமா?

இதோ சொல்கிறேன்.

பள்ளியில் ஆரம்பித்து கல்லூரியில் கடைசி வருடம் வரும்வரை நாடகம், கதை, நடிப்பு, பாட்டு இப்படி இன்டர் காலேஜ் காம்படிஷனிலிருந்து எங்கள் தெருக்களில் போடும் நாடகங்கள்வரை பரிசுகளை, பாராட்டுகளை பெற்றுக்கொண்டே இருப்பேன். அனைவரும் பாராட்டுகிறார்கள். அதனால் படிப்பில் ரொம்ப வீக்காக இல்லை என்றாலும், சுமாராகப் படித்தேன். இருந்தாலும் இந்த நாடகம், சினிமா, நடிப்பு, எழுத்து என்று சுற்றிவரும் நான் சந்தோஷமாகவே இருந்தேன். ஆனால், என் அம்மா முகத்தில் மட்டும் கவலையும், கலவரமும் இருக்கும்.

இயக்குநர்: A.வெங்கடேஷ்

'நம்ம திறமையைப் பத்தி தெரியாமல் அம்மா வருத்தப்படறாங்கன்னு' நினைத்த எனக்கு உண்மை ஒரு நாள் தெரிந்தது. அது, 'இந்த மாதிரி கொடுமை யாருக்குமே நடக்கக் கூடாது' இப்படியாக நினைக்கும் சந்தர்ப்பங்கள் நிறையப் பேருக்கும் நடந்திருக்கும், எனக்கும் நடந்தது.

அப்போது, கல்லூரி மூன்றாம் ஆண்டு முடியும் சமயம். கடைசி செமஸ்டரை எதிர்நோக்கி, வீட்டில் படித்துக் கொண்டிருக்கிறேன். அந்தக் காலகட்டத்தில், வியாபார நஷ்டம் ஏற்பட்டு எனது தந்தையார், ஊரைவிட்டு வெளியூருக்கு வியாபார முயற்சி விஷயமாகச் சென்றவர் வரவில்லை. தொடர்பும் இல்லை.

நான் கல்லூரி செல்கிறேன், படிக்கிறேன், வருகிறேன், திரும்பச் செல்கிறேன்.

வீட்டு வாடகை ஆறு மாதம் பாக்கி, மளிகைக் கடன் பாக்கி, அக்கம்பக்கம் கடன். தாயாரின் நகைகள் விற்கப்படுகின்றன. இதையெல்லாம், என் அம்மா என்னிடம் மறைத்துவைத்திருக்கிறார்கள். பிள்ளையின் படிப்பு பாதிக்கக் கூடாது என்று.

இது எதுவும் தெரியாமல் அன்று நான் படித்துக்கொண்டிருந்தேன். மேலே மின்விசிறி சுழன்று கொண்டு இருக்கிறது. திடீரென்று என் அப்பாவின் நண்பர்கள் இரண்டுபேர் வீட்டில் நுழைகின்றனர்.

அவர் என் அப்பாவுடன் "அண்ணே! அண்ணே!" என்று எப்போதும் சிரித்துப் பழகுபவர். உள்ளே வந்தவர்,

"அந்த ஃபேனைக் கழட்டு"

"இந்த மேஜையைத் தூக்கு" என உத்தரவு போடுகிறார்.

என் அம்மா சமையலறையிலிருந்து வருகிறார்கள். அதன்பின் பதட்டமாக நான்,

"என்ன அண்ணே இது? " என்றேன்.

"உங்கப்பா கடன் வாங்கி இருந்தாரு, தரலை. அதான் பொருளை எடுக்க வந்திருக்கோம்" என்றார்.

"வெளியே போங்க" என்று கத்தினேன்.

எங்கிருந்து அப்படி ஒரு வேகம் வந்தது என்று எனக்கே தெரியாது.

“எங்க அப்பாகிட்ட கொடுத்த பணத்தை அவருகிட்ட கேளுங்க. இல்ல, அவர் இருக்கறப்போ வந்து பொருளை எடுத்துக்கங்க. மீறி ஏதாவது பண்ணிணீங்க விளைவுகள் வேறமாதிரி இருக்கும்”

என் குரலும், முகமும் மாறியதைப் பார்த்ததும், “அப்படியா, உங்கப்பா என்னக்கி வராரோ அன்னிக்கு வர்றண்டா. இருக்கு கச்சேரி” என, உறுமியபடி சென்றார்.

கலங்கி நின்ற அம்மாவிடம் கேட்டேன். “என்னம்மா ஆச்சு?”

அப்போதுதான் எனக்குத் தெரிகிறது. என் குடும்பம் எவ்வளவு பெரிய வறுமையில் நிற்கிறது என்று. கல்லூரி ஒரு செமஸ்டர் முடித்தால் பி.காம். டிகிரி. குடும்பமோ வறுமையில் தத்தளிக்கிறது. இளமையில் நான். ஒரு நிமிடம் யோசித்தேன்.

மறுநாள், “இந்தா பாரு, இனிமே இந்த ஊர்ல இருக்காதீங்க. பேசாம கோயில்பட்டி போயிடுங்க. உன் அம்மா, பொம்பளைப் புள்ளைகள் எல்லாம் தீப்பெட்டி ஆபீசிலே வேலைக்குப் போகட்டும். நீ அங்க எங்காவது கம்பெனி அல்லது கடையில் வேலைக்குப் போ. கொஞ்சம் பிழைக்கலாம். இங்க எவனும் உதவ மாட்டான்” என்று, என் உறவினர் ஒருவரிடம் உதவிகேட்டு நின்றபோது, இப்படிச் சொன்னார்.

அன்று இரவில் அம்மாவிடம் யோசனை. பின், மறுநாளில் இருந்து ‘பேப்பர் பாய்’ ஆனேன். காலை 4 மணிக்கு எழுந்து 5–30 மணிக்குள் தமிழ் செய்தித் தாள்களை வீடுவீடாகப் போட்டு, பின் 5–30 முதல் 6–30 ஆங்கில நாளிதழ்கள் போட்டேன்.

அதன்பிறகு கல்லூரி. அந்த வருமானம் கை கொடுத்தது. என்னுடன் படிக்கும் மாணவர்கள் வீட்டுக்கும் போடுவேன். சற்றுக் கூச்சமாயிருக்கும். மனசைத் தேற்றிக்கொள்வேன்: பிறகு சகஜமாயிடும்.

இருந்தாலும் அதில் வந்த பணம் போதவில்லை. வேறுவழியின்றி வீடு கோவில்பட்டிக்கு ஷிப்ட் ஆகிறது. ஒருநாள் வீட்டைக் காலிபண்ணி, இரவோடு இரவாக, லாரியில் பொருள்களை ஏற்றிக்கொண்டு இருபது ஆண்டுகள் வாழ்ந்த தூத்துக்குடி நகரத்தைவிட்டு கோவில்பட்டிக்குப் பயணமாகிறோம்.

வழியனுப்புகிறார்கள் உறவினர்கள். ஒருசிலர், அதுவும் பெண்கள் மட்டும் அம்மாவுக்குத் தைரியம் சொல்லி அனுப்புகிறார்கள். மனம் கனத்து பெரிய பாரத்துடன் சென்றோம். அந்த நாள்

இன்னும் மறக்கமுடியாத நாள். ஆனால், அப்புறம் ஒருநாள் எனக்குத் தோன்றியது:

"ஏன்? அவ்வளவு உறவுக்காரர்கள் இருந்தும் ஒருவர்கூட நம்மைப் போக வேண்டாம் எனக்கூறி தடுக்கவில்லை" என்று?

"அவரவர் குடும்பப் பிரச்னைகளுக்கு, நடுவில் நம்பளைப்பத்தி யோசிக்க முடியாதுப்பா" இப்படி என் அம்மா பதில் கூறினாலும், என் மனசு மட்டும் அடிக்கடி கேட்கும் "ஆபத்துக்கு உதவாததுதானே உறவுகள்?"

சரி விடுங்கள்.

கோவில்பட்டியில் செட்டில் ஆனபிறகு, நான் எக்ஸாம் எழுத மட்டும் எங்க காலேஜுக்கு வந்தேன். எக்ஸாம் எழுதினேன். பி.காம். டிகிரி வாங்கினேன். டிகிரி வாங்கிவிட்டால் வேலை கிடைத்துவிடும் என்று நினைத்தேன்.

அப்போது மனம் சொன்னது:

'என்ன செய்ய? கிடைச்ச வேலையைப் பார்க்க வேண்டியதுதான்' என. அதன்படி நான் முடிவு செய்தேன்.

ஒரு கல்யாண மண்டபத்தில் கணக்கர்.

தீப்பெட்டித் தொழிற்சாலையில் டைப்பிஸ்ட்.

பஸ் ஸ்டாண்டு கடையில் பழரசம் போட்டு விற்பவன்.

சொந்தமாக பேங்க்–எக்ஸாம் பாரம்களைப் பிரிண்ட் செய்து விற்பவன்.

புத்தகம் பைண்டிங் செய்தும் கொடுத்தேன்.

இப்படியான ஒரு சூழல் பின்னணி என்னைப் பக்குவப்படுத்தியது. வாழ்வின் நிதர்சனத்தை உணர்த்தியது. அதன்பின், அன்றுமுதல் இன்றுவரை வாழ்வோடு போராடிப் போராடியேதான் ஜெயித்து வருகிறேன்.

* * *

நட்பும் ஜாதியும்

"நீங்கதான் இந்தப் படத்தை டைரக்ட் பண்ணித் தரணும்"

ஒரு ஆக்சன் ஹீரோவை வைத்துப் படம் இயக்க, என்னை விரட்டிக்கொண்டே இருந்தார் அந்தத் தயாரிப்பாளர்.

சரி என்று, ஒருநாள் ஒத்துக்கொண்டேன். நன்றாகப் பழகினார். தயாரிப்பாளர் திருச்செந்தூர். நானும் முருகபக்தன் என்பதால், 'ஈசியாக' பழகிக் கொண்டோம். இனி, நாம் இணைபிரியா நண்பர்கள் என்றார்.

"நீங்க, நம்ம கம்பெனிக்கு வருஷம் ஒரு படம் பண்ணுறீங்க" என்றார்.

இன்னும் என்னென்னவோ சொன்னார். இனிமையாகப் பழகினார். கிட்டத்தட்ட ஒரு சகோதரன் ஆகிவிட்டார். இதற்கிடையே நான், "ஒரு அலுவலகம் பார்க்கிறேன்" என்று கூறினேன்.

அவ்வளவுதான்.

"பாத்துட்டாப் போச்சு!" எனக்கூறி, அவரது காரில் அவரே ஓட்ட, அருகில் அமர்ந்திருக்கிறேன். அசோக்நகர், கே.கே.நகர் ஏரியாக்களில் ஒவ்வொரு இடமாகக் காட்டிக்கொண்டு வருகிறார். வாடகை ஒத்துவந்தால் இடம் பிடிக்கவில்லை – இடம் ஒத்துவந்தால் வாடகை ஜாஸ்தி.

இதனிடையே சோர்வாகி, "நாளை பாத்துக்கலாம், சார்!" என்றேன்.

இயக்கநர்: A.வெங்கடேஷ்

“நோ. மதியம் என்கூட சாப்பிடுறீங்க. இன்னிக்குப் பூரா சுத்துவோம். ஆபீஸ் பிடிக்கிறோம்.” உற்சாகப்படுத்தினார். சுத்தினோம் சுத்திக்கொண்டே இருந்தோம். ஆபீஸ் கிடைக்கவில்லை. மதியம் ஒரு மணி ஆனது.

“சார், சாப்பிட்டு விடலாமா?” எனக் கேட்டார்.

“ஓ, சரவணபவன் போலாமா?” நான் கேட்டேன்.

“எதுக்கு சார் சைவம்? ஞாயிற்றுக்கிழமை நாலு நல்லி எலும்பைக் கடிக்க வேண்டாமா?” –அவர்.

“இல்ல சார், நான் சுத்த சைவம்”

“டயட்டா?” –அவர்.

“என்ன சார்? நம்ம ஜாதிக்காரனாக இருந்துகிட்டு அசைவம் சாப்பிடத் தயங்குறீங்க?” –அவர்.

“சார், நான் உங்க ஜாதி இல்லே” –நான்.

அவர் அதிர்ச்சியானது நன்றாக முகத்தில் தெரிந்தது.

“அப்ப நீங்க?”

என் ஜாதியைச் சொன்னேன்.

“ஓகோ, அப்படியா?” என்றவர் அதன்பிறகு பேசவே இல்லை.

அசோக்பில்லர் அருகே வந்தவர் திடீரென்று, “சார், ஒரு அர்ஜென்ட் வேலை இருக்கு. நீங்க இங்கே இறங்கி ஒரு ஆட்டோவை வச்சுப் போயிடுறீங்களா? நாளை பார்க்கலாம்.”

“சாப்பிடணும்னு சொன்னீங்களே”

“சொன்னேன். ஒரு முக்கியமான வேலை மறந்துடுச்சு. நாளை பார்க்கலாம்.”

இறக்கிவிட்டுப் போய்விட்டார். சிரித்துக்கொண்டே என்னதான் உலகம் நவீன டெக்னிக்கல் வளர்ச்சி என்றாலும், ‘இதை’ மட்டும் ஒழிக்க முடியாது. நான் கவலைப்படவில்லை. ஏனெனில், எனக்கு ஜாதிகள் பிடிக்காது. என்னை வாழ வைத்து, வழிகாட்டிய நண்பர்கள் எல்லோரும் யார், என்ன ஜாதி? என்றே எனக்குத் தெரியாது. கேட்டதும் இல்லை. கேட்பது பிடிக்கவும் பிடிக்காது. இப்போ, சடாரென்று பல ஃபிளாஷ்பேக்குகள் தோன்றுகின்றன. அதில் சில:

என் காலேஜ்.

“எல்லாரும் சென்னை மற்றும் பாண்டிச்சேரி சுற்றுப்பயணம் போறோம். யாரெல்லாம் வர்றீங்களோ ரூ. 300 பணம் கட்டுங்க”

ஒருநாள் இப்படிக் கூறியதும், சடசடவென்று மாணவர்கள் பெயரும், அட்வான்ஸ் பணமும் கொடுத்துச் சேருகிறார்கள். நான் மட்டும் அமைதியாக இருக்கிறேன். கூடவே வறுமை. எனவே சேரவில்லை.

ஐந்து தினங்கள் கழித்துத்தான் தெரிகிறது, நான் டூருக்கு வரவில்லை என்று.

‘ஏன்?’ என நண்பர்கள் கேட்கிறார்கள்.

“வரவில்லை” என்றேன்.

அழுத்திக் கேட்கவும் வேறுவழியின்றி, ‘பணம் கட்ட வசதியில்லை. அதனால் வரவில்லை’ எனக் கூறினேன். உடனே நண்பர்கள் கூடினார்கள்.

‘வெங்கடேஷுக்கு டூர் வர்றதுதுக்குப் பணம் கட்டமுடியல. நாமெல்லாம் சேர்ந்து கட்டலாம்’ என்று அவர்கள் கூறவும், நான் மறுத்துவிட்டேன். ‘டூர்தானே. இதுக்குப்போயி நீங்க எல்லாம் எதுக்குப் பணம் கட்டணும்? வேண்டாம். நான் வரலை. நீங்க போயிட்டு வாங்கன்னு’ சொல்லிவிட்டேன்.

அப்புறம், காலேஜில் இதேபோல ஒருமுறை பில் கட்ட இயலாமல் இருக்கும் போது, நண்பர்கள் பணம் கட்ட ஏற்பாடுகள் செய்தார்கள். அப்போது, எனக்கே பெயர் தெரியாத ஊரிலிருந்து போன். கல்லூரி அலுவலகத்திலிருந்து கூப்பிட்டார்கள்.

எதிர்முனையில் ஒரு அண்ணாச்சி பேசினார்.

நடந்த உரையாடல் கீழே:

“யாரு, வெங்கடேஷ்?”

“ஆமாம் சார். கடைசி செமஸ்டர் பணம் கட்டணும்”

“எவ்வளவு பணம் கட்டணும்னு சொல்லு? நான் காலேஜ் அட்ரஸ்க்கே அனுப்புறேன்”

சொன்ன மாதிரி அனுப்பினார்.

பணம் கட்டப்பட்டு லாஸ்ட் செமஸ்டர் எழுத அனுமதிக்கப்பட்டேன். உதவி செய்தது என் அப்பாவின் நண்பர். இத்தனைக்கும், என் உறவினர் ஒருவர் அதே காலேஜுக்கு அருகில் உள்ள ‘பி.எட்.’ காலேஜில் மேனேஜர் ஆக இருந்தார்.

ஆனால், அவர் உதவி செய்யவில்லை. இப்படி எத்தனையோ சந்தர்ப்பங்களில் எனக்கு உதவியவர்கள் எல்லாமே நண்பர்கள்தான். அதிலும் முன்பின் பழக்கமில்லாத நண்பர்கள் நிறைய.

உறவுகளைவிட நண்பர்கள்தான் நமக்கு அதிகம் உதவி செய்துள்ளனர். யோசித்துப் பார்த்தால் நமக்குப் புரியும்.

ஒருமுறை, என் ஜாதியைச் சேர்ந்தவர்கள் எனக்குப் பாராட்டு விழா நடத்தக் கூப்பிட்டார்கள். நான் மறுத்துவிட்டேன். அவர்கள் டென்ஷனாகிவிட்டார்கள்.

“நம்ம இனத்தான்னு உன்னைப் பாராட்டக் கூப்பிட்டா வரமாட்டேங்கிறியே” என கடுப்பாகக் கேட்டபோது, நான்கூறிய பதில்:

“நான் படிக்கக் கஷ்டப்பட்டேன். அப்ப எங்கே போனீங்க? குடும்பமே வறுமையில் சிக்கி, தூத்துக்குடியில் இருந்து கோவில்பட்டிக்கு ‘ஷிப்ட்’ ஆகிப் போனோமே அப்ப எங்க போனீங்க? எனக்கு வாழ்க்கையில் ஒவ்வொரு கட்டத்திலேயும் வெவ்வேறு ஜாதிக்காரர்கள்தான் உதவி கைதூக்கி, கைகாட்டி, இளைப்பாற இடம் கொடுத்து, வளம்பெற வழிகாட்டி இருக்காங்க. எந்த நண்பர் எங்கே கூப்பிட்டாலும் வருவேன். உறவு, ஜாதிக்காரர்னு யாரு கூப்பிட்டாலும் ஏறமாட்டேன். அது பெரிய மேடைனாலும் ஏறமாட்டேன்” எனச்சொல்லி அனுப்பிவிட்டேன்.

எனக்கு நண்பர்கள் பிடிக்கும். நண்பர்களுக்கு என்னைப் பிடிக்கும். எனவே, நான் முக்கியத்துவம் கொடுப்பது ‘நட்புக்கு மட்டுமே’.

ஏற்கனவே கனகச்சிதமாக வள்ளுவர் கூறியிருக்கிறார்.

‘முகநக நட்பது நட்பல்ல நெஞ்சத்து
அகநக நட்பது நட்பு’

* * *

குருவுக்கும் மேல்...

சூட்டிங் நாகர்கோயிலில்.

அந்தப் படத்தின் இரண்டாவது கதாநாயகி, திருவனந்தபுரத்துக்கு ஃபிளைட்டில் வந்து சூட்டிங் நடக்கும் இடத்துக்கு பகல் இரண்டு மணிக்கு வருவார்.

மூன்று மணிக்கு அவர் ரெடியானதும், அவர் சம்பந்தப்பட்ட காட்சி படமாக்கி முடித்து, ரகுவரன் அவர்கள் அன்று மாலை சென்னை கிளம்புகிறார்.

மறுநாளிலிருந்து அந்த இரண்டாவது கதாநாயகி சம்பந்தப்பட்ட காட்சிகளை படமாக்கத் திட்டம்.

அன்று காலை திட்டமிட்டபடி, ஹீரோ அவரது நண்பர்களாக நடிக்கும் மூன்று பேர்கள், ரகுவரன் சம்பந்தப்பட்ட காட்சி எடுத்து முடிக்கவும், பகல் ஒரு மணி ஆகவும் சரியாக இருந்தது.

பிரேக். மதிய உணவு இடைவெளி.

சரியாக ஒன்றரை மணிக்கு அந்த இரண்டாவது கதாநாயகி காரில் வந்து இறங்கினார். தனது அம்மாவுடன் நேராக என்னிடம் வந்தார், "எனக்கு உடல்நலமில்லை. எனது சம்பந்தப்பட்ட காட்சிகளை நாளை வைத்துக் கொள்ளுங்கள்" என்றார்.

பதறிப்போய், "இல்லம்மா... இன்றோடு ரகுவரன் சார் டேட் முடியுது. இந்தக் காட்சி எடுத்துட்டா காம்பினேஷன் ஓவர். ரெஸ்ட் எடுங்க. 4 மணிக்கு வந்தாக்கூட போதும். நான் காட்சியை எடுத்து முடிப்பேன்" என்று கூறினேன்.

இப்படி கன்வின்ஸ் பண்ணவே அரைமணி நேரம் ஆனது.

அந்த இரண்டாவது கதாநாயகியை ரெடியாகச் சொல்லிவிட்டு, பிரேக் முடிந்து, காட்சிக்கான கோணத்தை காமிராமேனிடம் சொல்லிக்கொண்டு இருக்கிறேன்.

மறுபடியும் அஸிஸ்டென்ட் வந்து, “இரண்டாவது கதாநாயகி உங்ககிட்டே பேசணுமாம்” என்றார். எனக்கு வேலை நடக்கணுமே. போனேன்.

“டயலாக் நீளமாக இருக்கிறது. என்னால் இதைப் பேசமுடியாது. ‘பிராக்டிஸ்’ பண்ண ஒரு நாள் வேணும்” என்றார்.

“பேசிப் பாருங்கள். நீங்கள் ஆங்கிலத்திலேயே பேசுங்கள். நான் டப்பிங்கில் பார்த்துக் கொள்கிறேன்” என்றேன்.

“ம்ஹூம்...” விவாதம் மேலும் தொடர்கிறது.

தயாரிப்பு நிர்வாகி என்னைத் தனியே அழைத்துப் போனார்.

“சார், திருவனந்தபுரம் ஏர்போர்ட்டில் அந்தப் பொண்ணை பிக்–அப் பண்ணிட்டு வரும்போது ‘காரில் ஏ.சி. பழுதாகிவிட்டது. வேறு காரை வரச் சொல்லுங்க’ என்றார். ‘அந்தக் கார் வந்து மாறி ஷுட்டிங் ஸ்பாட்டுக்குப் போக டயம் ஆகிவிடும். அட்ஜெஸ்ட் பண்ணிக்கிட்டு வாங்க. ஒருமணி நேரத்துல போயிடலாம். பாதி தூரம் வந்தாச்சு’ எனக் கூட்டிவந்தேன். அதை மனசுல வச்சுக்கிட்டு இப்படி பண்ணுது” என்றார்.

“சரி. இப்ப காட்சி எடுக்கணுமே. என்ன பண்ண?” எனக் கேட்டேன்.

“ஒரு 15 நிமிஷம் பொறுங்க. வந்துடறேன்” என்று போனார்.

பின்னர் வந்து என்னை அழைத்துச் சென்றார். பக்கத்தில் உள்ள எஸ்.டி.டி. பூத்தில் (அப்போது செல்போன் கிடையாது) போன் போட்டுக் கொடுத்தார்.

எதிர்முனையில் அந்தப் படத்தின் தயாரிப்பாளர்.

“சார், எல்லாம் கேள்விப்பட்டேன். அந்தப் பொண்ணை டிக்கட் எடுத்துக் கொடுத்து திருப்பி அனுப்பச் சொல்லிட்டேன். நாளைக்கு இன்னொரு 2வது கதாநாயகி வருவா. அவளை வச்சு கன்டினியூ பண்ணிக்கலாம். இன்னிக்கு வேற சீன் எடுத்து பேக்கப் பண்ணிக்குங்க. ரகுவரன்கிட்டே டேட் வாங்கி இன்னிக்கு எடுக்க வேண்டியதை இன்னொரு நாள் எடுத்துக்கலாம்” என்றார்.

“இல்ல சார். இந்த 2வது கதாநாயகி நல்லா வந்துக்கிட்டிருக்காங்க. நம்ம பட பிசினஸுக்கு...”

“இப்படி ஒத்துழைப்புக் கொடுக்க முடியாதவங்க எவ்வளவு பெரிய ஆர்டிஸ்ட் ஆனாலும் நமக்கு வேணாம் சார். ப்ளீஸ்! சொன்னபடி செய்யுங்க” என்று போனைத் துண்டித்தார்.

அந்த இரண்டாவது கதாநாயகி திருப்பி அனுப்பப்பட்டார். அதை நான் எதிர்பார்க்கவில்லை. அதுதான் அந்தத் தயாரிப்பாளர் பிரத்தியேகக் குணம், கொள்கை. அந்தத் தயாரிப்பாளர் திரு எஸ்.ஏ.சந்திரசேகரன்.

படம் ‘நிலாவே வா’ இந்தப் படத்தை நான் எஸ்.ஏ.சி. அவர்கள் தயாரிப்பில் இயக்கியது என் அதிர்ஷ்டம். அவரிடம் ஒப்பந்தம் ஆகும்போது,

“இந்தாங்க அக்ரிமென்ட். சொன்னமாதிரி நாப்பது நாள்ல படத்தை முடிக்கணும். சொன்ன ரோல்ல முடிக்கணும். இதுல எது கூடினாலும் உங்க சம்பளத்துல பிடிச்சிடுவேன். யோசிச்சு கையெழுத்துப் போடுங்க”

இப்படி ஒரு தயாரிப்பாளர், இரண்டு படம் இயக்கிய டைரக்டரிடம் சொன்னால் எப்படி இருக்கும்? எனக்கும் அப்படித்தான் இருந்தது. ஆனாலும் ஒத்துக்கொண்டு, கையெழுத்துப் போட்டேன். இன்னிக்கு ஏ.வெங்கடேஷ் திட்டமிட்டுப் படம் பண்ணுவான். குறுகியகாலத்தில் சொன்ன தேதியில் படத்தை முடிப்பான். ‘தயாரிப்பாளரின் இயக்குநர்’ என்று, என் காதுபடவே சொல்வார்கள். இதற்குக் காரணம், நான் மேற்கூறிய தயாரிப்பாளருக்கு அந்தப்படம் பண்ணிய அனுபவம்தான்.

அவரிடம்தான் அக்ரிமென்டில் கையெழுத்துப் போட்டது.

“ஐயோ சார், எஸ்.ஏ.சி. தயாரிப்பில் நீங்க டைரக்ட் பண்றீங்களா? வேணவே வேணாம் சார். உங்களுக்கும் அவருக்கும் ஒத்துவராது” இப்படி சிலர் பயமுறுத்தினார்கள். ஆனால், எனக்கு மட்டும் மு.மேத்தா அவர்களின் கவிதை நினைவுக்கு வந்தது.

“இந்த ஊருக்குப் பழி சொல்லத்தான் தெரியும்

வழி சொல்லத் தெரியாது”

எனவே, ஊர்கூறிய பயமுறுத்தல்களை ஓரம் கட்டிவிட்டு, திரு.எஸ்.ஏ.சி. அவர்களுக்குப் படம் இயக்கத் தயாராகினேன். அது எவ்வளவு உபயோகமானது என்று அப்புறம்தான் தெரிந்தது.

இந்தக் அனுபவத்தின் தொடக்கத்தில், அக்ரிமென்டில் கையெழுத்துப்போட எஸ்.ஏ.சி அவர்கள் போட்ட கண்டிஷனைக் கேட்டதும்,

பதிலுக்கு நான் கேட்டேன்:

"சார், இந்த ப்ராஜக்ட்ல என்னைத்தவிர மற்ற technicians–ம் மேனேஜர் உள்பட உங்க ஆளுங்க. ஒரு காஸ்டியூமரோ ஏன், அஸிஸ்டென்ட் டைரக்டர்ஸ்கூட உங்க ஆளுங்கதான். என்னோட அஸிஸ்டென்ட்ஸ் மூணே பேர்தான்"

"ஆமா, அப்படிப் பேசித்தானே இந்த ப்ராஜக்ட் பிளான் பண்ணோம்"

"இல்ல, நான் சொல்ல வந்தது..."

"சொல்லுங்க..."

"எல்லாருமே உங்க ஆளுங்க. ஹீரோ விஜய் சார், நீங்க புரொடியூஸர், அதனாலே நீங்க சொன்னமாதிரி, சொன்ன தேதியிலே, கொஞ்சம்கூட மீறாம நான் இந்தப் படத்தை முடிச்சுத் தந்துடுவேன். ஆனா, அதுக்கு நீங்க எனக்கு ஒரே உதவி பண்ணணும்"

"என்ன?"

"நான் காலையிலே ஏழு மணிக்கு ஷூட்டிங் ஆரம்பிக்கணும்"

"அது பண்ணிடலாம்"

"அதுக்கு இல்ல சார். நான் பிளான் பண்ணியபடி ஏழு மணிக்கு 'ஷாட்' எடுக்கணும். அதுல கொஞ்சம் தாமதம் ஆனாலும் நான் உங்ககிட்டத்தான் கம்ப்ளைண்டுக்கு வருவேன். ஓ.கே.வா?" என்றேன்.

"ஓ.கே." என்றார்.

படப்பிடிப்பு தொடங்கியது. தினசரி ஏழு மணிக்குத் தொடங்கி சுறுசுறுப்பாக நடைபெற்றது. சொன்ன தேதிக்கு ஒருநாள் முன்னதாக, சொன்ன ரோலில் ஒரு ரோல் குறைவாக படம் முடிந்தது. படத்தை கே.டி.குஞ்சுமோன் அவர்கள் வாங்கி வெளியிட்டார். படம் வெற்றிப் படமாக அமைந்தது.

"நீ காற்று, நான் மரம், என்ன சொன்னாலும் தலையாட்டுவேன்" என்ற பாடல் இன்றுவரை என் விலைப்பட்டியலில் இருக்கிறது.

இந்தப் படத்தின் படப்பிடிப்பின்போது தினசரி காலை 5-30 மணிக்கு எஸ்.ஏ.சி. அவர்கள் ரெடியாகி, எல்லோரையும் மேனேஜரைவிட்டு ரெடியாகச் சொல்லி விரட்டி வேலைவாங்கி அனைவரும் ஸ்பாட்டில் 6-45 மணிக்கு ஆஜராக ஏழு மணிக்கு ஷாட் எடுக்கும்வரை ஸ்பாட்டில் நிற்பார்.

சரியாக 7 மணிக்கு ஷூட்டிங் ஆரம்பித்தவுடன் போய் பேங்க் வேலைகள் நேற்றைய ஷூட்டிங்ஸ் அதற்குள் முடிப்பார். மீண்டும் 12-30 மணிக்கு ஸ்பாட்டில் ஆஜர் ஆவார். பிரேக் விட்டவுடன் அடுத்த ஷிப்டிங் இருக்கா. அதற்கு முதல் ஷாட் என்ன, ஆர்டிஸ்ட்ஸ் யார்யாரு, அந்த ஷாட்டுக்குத் தேவை கிரேன் ஷாட்டா? இல்ல டிராலியா? இப்படி பந்தாவாகக் கேட்டு அடுத்த அரேன்ஜ்மெண்ட்களில் இறங்குவார். பிரேக் முடியும்போது சரியாக ஷாட் எடுக்க, எல்லாம் ரெடியாக இருக்கும்.

திட்டமிடல், திட்டத்தை செயல்படுத்துதல் அவரிடம்தான் கற்றுக் கொண்டேன். இன்றும் அவர் அப்படித்தான் இருக்கிறார் என்பது மிக ஆச்சரியம். இதில் ஒரு வேடிக்கை என்னவென்றால், இப்படி காலை ஏழு மணிக்கு சரியாகத் தொடங்கும் ஷூட்டிங், சமயங்களில் சற்றுத் தாமதமாக மாலை 6-30 மணிவரை நீளும்.

சினிமாவில் மாலை 6-30 மணிவரை 'கிரேஸ் டைம்'

'அந்த கிரேஸ் டைம் உபயோகிக்காதீர்கள். எடுக்கவேண்டிய பாக்கி ஷாட்டுகளை நாளை எடுத்துக்கொள்ளுங்கள். 6 மணிக்கு சரியாக பேக்-அப் பண்ணுங்கள்' என காதைக் கடிப்பார்.

நானும் பேக்-அப் பண்ணிடுவேன். ஒருநாள் தனியான ஒரு சந்தர்ப்பத்தில் அவரிடம் கேட்டேன்:

"ஏன் சார்? சரியாக 6 மணிக்கு பேக்-அப் பண்ணிடுங்கன்னு 'கம்பல்சரி'யா சொல்றீங்களே. ஏதாவது ஸ்பெஷல் காரணமா?" என்று.

"இல்ல சார். காலையில் அவசரப்படுத்தி, சத்தம் போட்டு, வேகப்படுத்தி 7 மணிக்கே ஷூட்டிங் ஆரம்பிச்சிடுறேன். அப்படி இருக்கறப்போ, சாயங்காலம் 6 மணிக்குமேல் 'கிரேஸ் டைம்' உபயோகப்படுத்த விருப்பமில்லை. நாம அவங்களை சரியான நேரத்துக்கு வரப் பண்ணிக்கிறப்போ, நாம அவங்களோட கிரேஸ் டைமை உபயோகப்படுத்துவது பிடிக்காது, கூடாது" என பதில் சொன்னார்.

இயக்கநர்: A.வெங்கடேஷ்

என்ன ஒரு திட்டமிடல்? என்ன ஒரு கொள்கை? இப்படி நிறைய விஷயங்களை திரு எஸ்.ஏ.சி. அவர்களிடமிருந்து கற்றுக் கொண்டேன். இளைய தளபதி நடிகர் விஜய் அவர்களுக்கு எஸ்.ஏ.சி. அவர்கள் அப்பா.

எனக்கு மட்டும், குருவுக்கும் மேல்... 'மகாகுரு'

* * *

புத்தியா? கத்தியா?

"நான் தென்றலைத் தீண்டியதில்லை. ஆனால் தீயைத் தாண்டியிருக்கிறேன்." இது கலைஞர் திரு.கருணாநிதி அவர்கள் ஒரு படத்தில் எழுதிய வசனம்.

அதே கலைஞர் அவர்களின் வசனத்தில் எடுக்கப்பட்ட 'நியாயத் தராசு' படத்தில் நான் உதவி இயக்குநர். அந்தப் படத்தில் நாத்திகனான கதாநாயகன், வாழ்க்கையில் நிறைய போராட்டங்களைச் சந்தித்த கதாநாயகியோடு நடந்து வருவான். அப்போது ஒரு கோவிலைக் கடப்பார்கள்.

கதாநாயகன் அந்தக் கோவிலைப் பார்த்துக் கும்பிட்டு நகருவான்.

அப்போது கதாநாயகி,"உங்களுக்கு இதிலெல்லாம் நம்பிக்கை கிடையாதே. கும்பிடுறீங்க?" எனக் கேட்பாள்.

அதற்குக் கதாநாயகன்,"நடக்கக் கூடாததெல்லாம் நடக்கிறப்போ, நம்பக் கூடாததெல்லாம் நம்பத் தோணுது" - என்பான்.

இந்த வசனத்தைக் காப்பி எடுக்கும்போதே நான் ரசித்தேன். இத்தனைக்கும் எனக்குக் கடவுள் நம்பிக்கை உண்டு. ஒரு வசனம், மனதைத் தொடவேண்டும் என்பது எனது கருத்து.

அதனாலேயே, படங்களில் வசனத்துக்கு அதிகக் கவனம் செலுத்துவேன். அதேபோல, என் படத்தில் இடம்பெற்ற ஒரு வசனம் எனக்கு ரொம்பப் பிடிக்கும். "வெயில், மழை, பனி இதுக்கெல்லாம் காலங்கள் இருக்கும்போது, வெற்றிக்கும் ஒரு காலம்

இயக்குநர்: A.வெங்கடேஷ்

இருக்கும்” இது, வெற்றிக்காகப் போராடிய காலகட்டத்தில் நான் எழுதிவைத்த வசனம்.

பின்னாளில், எனக்கும் ஒரு பெரிய வெற்றி கிடைத்தது. ஊரெல்லாம் அந்தப் பாட்டு ஹிட். படம் ரிலீஸுக்கு முன்னாடியே, பாட்டு ஹிட். ஆனால் அது படத்துக்குப் பிளஸ்... அந்தப் பாட்டோட பிளஸ்... அதோடே கதை, திரைக்கதை கொடுத்த பலம். படமும் சூப்பர் ஹிட். சினிமா இன்டஸ்ட்ரி முழுக்க, அந்தப் படத்தோட வெற்றியை பத்தித்தான் பேச்சு. ஆனால், எனக்கு மட்டும்தான் தெரியும், அந்தப் படம் எடுத்து முடிக்கிறதுக்குள்ள நான்பட்ட கஷ்டம்.

போராட்டம் வாழ்க்கையாக இருக்கலாம். வாழ்க்கையே பேராட்டமா இருந்தா? அப்படி ஒரு சூழலில்தான், நான் அந்தப் படம் இயக்க ஒப்புக் கொண்டேன். பெரிய சம்பளம் என்று ஒன்றும் கிடையாது. ஏதோ செலவுக்கு அந்தத் தயாரிப்பாளர் மாதா மாதம் பணம் கொடுப்பார். கிட்டத்தட்ட மாதச் சம்பளம். சரி என்று ஒத்துக்கொண்ட நான், அந்தப் படத்தை இயக்கினேன்.

முழு ஈடுபாட்டுடனும், ஒருவிதமான வெறியுடனும், அந்தப் படம் முழுக்கப் பணியாற்றினேன். எத்தனையோ சமயங்களில் தனியே அமர்ந்து, தெரியாமல் இந்தப் படத்தை ஒத்துக்கொண்டோமோ என்றுகூட யோசித்திருக்கிறேன்.

ஆனால். அந்தப் படத்தின் வெற்றி, எனக்கு ஒரு பெரிய படம் இயக்குவதற்கான வாய்ப்பை வாங்கிக் கொடுத்தது. சினிமா இப்படித்தான், ஒரு வெற்றி மட்டும்தான் ஒருவனை அடுத்த தளத்துக்கு அழைத்துச் செல்லும். இல்லை என்றால், அடுத்த வாய்ப்புக்கு அழைத்துச் செல்லும்.

எனக்கும் இதுதான் நடந்தது.

“ஒரு சூப்பர் ஹிட் கொடுத்திருக்கிறோம். அடுத்து ஒரு பெரிய படம் பண்ணப் போகிறோம்.”

இப்படி எல்லாம் சந்தோஷப்படவேண்டிய நான், சந்தோஷப்படாமல், அந்தப் படத்தில் நடந்த இக்கட்டான சூழல்கள், அதை நான் எதிர்கொண்டவிதம் இதைத்தான் ஒருநாள் முழுக்க அசை போட்டேன்.

அதிலும் குறிப்பாக நான் யார்? என் பலம் என்ன? என்பதை எனக்கு உணர்த்திய ஒரு சம்பவம் மட்டும் இன்னும் என் நெஞ்சுக்குள் சுற்றிக்கொண்டே இருக்கிறது.

அந்த சம்பவத்தை மட்டும் இப்போது சொல்கிறேன்.

9 மணிக்கு ஹீரோ இன்ட்ரொடக்ஷன் ஃபைட். அத முடிச்சுட்டா, இனிமேல் பாடல் காட்சி மட்டும்தான் பாக்கி. அந்தப் படத்தின் சூட்டிங் முடியுற சமயம். ஷூட்டிங்குக்கு முந்தின நாள் நான் இப்படியும் எண்ணினேன். மறுநாள் சூட்டிங் ஸ்பாட், ஃபைட் மாஸ்டர்கள், கல்லூரி மாணவிகளுக்கான கூட்டம். கிட்டத்தட்ட திருவிழாபோல சூட்டிங் ஸ்பாட் இருந்தது. ஃபைட்டிங்குக்கு முந்தின காட்சி எடுத்து முடித்தேன். டிபன் சாப்பிட்டுவிட்டு ஃபைட் காட்சி எடுக்க வேண்டும். ஹீரோ வரவில்லை.

“என்னாச்சு?” மேனேஜர்கிட்ட கேட்டேன்.

“தெரியலையே சார். அர்ஜெண்ட்டா பாம்பே போயிட்டாராம்” என்றார்.

அதிர்ச்சி ஆகிவிட்டேன்.

“ஏன்யா ஹீரோ இன்ட்ரொடக்ஷன் ஃபைட். இன்னிக்குன்னு அப்படி என்ன பாம்பே வேலை? இன்னிக்கு நமக்குத் தேதி தந்துட்டு அவர் எப்படி பாம்பே போகலாம்?” கொதித்துப் போய்க்கேட்டேன்.

தயாரிப்பாளருக்குப் போன் போட்டேன்.

“இல்ல, பகுதி சம்பளம் நேத்து தர்றேன்னு சொன்னேன். ஃபைனான்ஸியர் கிட்டே இருந்து வரலை. நாளைக்குத் தர்றேன்னு சொன்னேன். கேட்க மாட்டேங்கிறாரு. பாம்பே எல்லாம் போகல. இங்கதான் இருக்காரு. வேணும்னே வரமாட்டேங்கிறாரு” என்றார்.

“விடு. சூட்டிங் கேன்ஸல் பண்ணிட்டு ஆபீஸ் வந்துடு”

“கேன்சல் பண்ணவா? ஷூட்டிங் ஆரம்பிச்சு சீன் எடுத்தாச்சு சார். இனிமேல் பேக்–அப் பண்ணினா எல்லாருக்கும் பேமண்ட் தரணும். எல்லாம் வேஸ்ட்”

“என்ன பண்ண?” கேட்டார்.

யோசித்தேன். ஷூட்டிங் கேன்ஸல் செய்தால் எப்படியும் பெரும்பணம் நஷ்டம் ஆகும். மனசு கேட்கல.

“சார், கேன்சல் பண்ணாலும் பணம் வேஸ்ட்தான். அதுக்கு ஒரு வழி சொல்றேன். நான் ஃபைட் எடுத்துட்டு வந்துடுறேன்” என்றேன்.

“ஹீரோ இல்லாம எப்படி அறிமுக ஃபைட்டா?”

“இல்ல, ஒரு ஐடியா பண்ணியிருக்கேன். எடுத்துட்டுவர்றேன் பாருங்க. பிடிக்கலேன்னா மறுபடி ஷூட்டிங் வச்சுக்கலாம். எப்படியும் ஷூட்டிங் கேன்ஸல் பண்ணா பணம் வேஸ்ட். அதுக்கு ஷூட்டிங் பண்றேன். மிஞ்சிப் போனா ஃபிலிம் வேஸ்ட். எடுத்துட்டு வர்றேன்”

“உனக்கு நம்பிக்கை இருந்தா எடுத்துட்டு வா” என்று போனை வைத்தார்.

“என்னது? ஹீரோ இல்லாம இன்ட்ரொடக்ஷன் ஃபைட்டா?” ஃபைட் மாஸ்டர் பதறினார்.

நான், “வாங்க மாஸ்டர், நான் சொல்றபடி எடுங்களேன், சூப்பரா வரும்” என ஐடியா கூறினேன். யோசித்த மாஸ்டர் ‘சூப்பர் ஐடியா’ என்றுகூறி ஃபைட் எடுக்க ஆரம்பித்தார். அன்று காலை சண்டைக்காட்சி முடிந்ததும், மாஸ்டர் கூப்பிட்டுப் பாராட்டினார்.

“சார், ஃபைட் பிரமாதமா வந்துருக்கு. ஹீரோ வந்திருந்தாக்கூட ஃபைட் இப்படி சூப்பரா வந்திருக்காது” என்று பாராட்டிவிட்டுப் போய்விட்டார்.

மறுநாள்.

பணம் வாங்கியபின் ஹீரோ வந்தார். அவரைவைத்து மீதி போர்ஷனை எடுத்து முடித்தேன்.

“ஏங்க, ஹீரோ இல்லாம ஹீரோ அறிமுகக்காட்சி எடுத்த ஒரேஆள் நீங்கதான் சார்” என்றார்.

“எடிட்டிங் பண்ணிக் காண்பிக்கிறேன் பாருங்க சார்” என்றேன்.

எடிட்டிங்ஸ் முடிந்து, பார்த்த அனைவரும் பாராட்டினார்கள். அந்த ஃபைட் எப்படி எடுத்தேன் தெரியுமா? கதாநாயகனின் நண்பனை அடிக்கவரும் ரவுடிகளை அங்கு வரும் ஹீரோ அடிப்பதுதான் அந்தக் காட்சி. கதாநாயகன் பார்வையில் காமிரா வரும். ரவுடிகளைத் துரத்தும் அவர்கள் ஓட, அங்கங்கே வரும் கதாநாயகன் கைகளில் இருந்து குத்துவரும். ரவுடிகள் எகிறி விடுவார்கள்.

இப்படியாக எடுத்த அந்தக் காட்சிக்குப் பலத்த பாராட்டு. இதில் வேடிக்கை என்னவென்றால் இந்தப் படம் வெளியாகி, ஒரு வருடம் கழித்து மலையாளத்தில் ஒரு முன்னணி ஹீரோ நடித்து ஒரு படம் வெளியானது.

அதிலும், ஹீரோவைக் காட்டாமல்–ஹீரோ அறிமுகக் காட்சியை, சண்டைக் காட்சியை இதேபோல் எடுத்து இருந்தார்கள். எனக்கு இருமடங்கு ஆச்சரியம்.

ஒன்று, நாம் செய்தமாதிரியே இவங்களும் ஹீரோ அறிமுகக் காட்சியை இதேபோல் எடுத்து இருந்தார்கள் என்று.

இரண்டு, அதே படம் தமிழில் நான் இயக்க 'ரீமேக்' செய்யப்பட்டது. ஏற்கனவே, அதேபோல நான் இங்கே ஒரு காட்சி எடுத்திருந்ததால், ரீமேக் செய்யும்போது, அந்த சண்டைக்காட்சி மட்டும் வேறுவிதமாக படம் ஆக்கினேன்.

ஒன்று மட்டும் அன்று புரிந்தது.

"நெருக்கடியான நேரங்களில் சோர்ந்துவிடாமல், செயல்பட்டால் நாம் செய்யும் காரியங்கள் சிறப்பான பலனைக் கொடுக்கும்"

என் இறை நம்பிக்கையில் சொன்னால், "ஆண்டவன் நம்மை சோதிக்கிறது நம்மை மேலும் ஜொலிக்கவைக்கத்தான்."

So, Try - Try once more - Try again and again - Until you succeed!

எனவே, போர் என்று வந்துவிட்டால் கத்தியைத் தீட்டாதீர்கள்.

புத்தியைத் தீட்டுங்கள்.

* * *

இயக்கநர்: A.வெங்கடேஷ்

சொல்வது அழகு

"**நீ** என்ன சொல்கிறாய்? என்பது முக்கியமல்ல; அதை எப்படிச் சொல்கிறாய் என்பதில்தான் உன் செயலின் வெற்றி உள்ளது"

இது, நமது மனித உறவுகளில் மாற்றம் செய்யத்தக்க ஒரு மந்திரச் சொற்றொடர் என்பது என் எண்ணம்.

"ஐயையோ, அந்தப் புரொடியூஸரா சார். வேணவே வேணாம். அவருக்குப் படம் பண்ணாதீங்க" இப்படி என்னைப் பயமுறுத்தியவர்கள் சொன்ன ஐந்து தயாரிப்பாளர்களுக்கு நான் சொன்ன தேதியில், சொன்ன மாதிரி படத்தை முடித்துக் கொடுத்துள்ளேன். அவர்களும் இன்றுவரை என்னோடு நல்ல உறவில் உள்ளார்கள்.

"ஐயையோ! அந்த ஹீரோவே வேண்டாம் சார். நிறைய தலையிடுவார், குழப்புவார்" இப்படிச் சொன்ன ஹீரோவுடன் வெற்றிகரமாகப் படங்கள் இயக்கியுள்ளேன். "அந்த வில்லனா! சரியான நேரத்தில் வரமாட்டார். டார்ச்சர் சார்" அந்த வில்லனோடும் படம் செய்திருக்கிறேன். இன்னும் செய்வேன்.

தயாரிப்பாளர், ஹீரோ, வில்லன் என்பதையெல்லாம் தாண்டி அவர்களும் மனிதர்கள்தான்.

மனிதனின் மனம் விசித்திரமானதுதான்.

நாம் எப்படிப் பழகுகிறோமே அது அப்படித்தான் பழகும். எதைச் சொல்கிறோமோ, அதை எப்படிச் சொல்கிறோமோ அதில் வெற்றி பெற்று விடலாம்.

இப்படித்தான் ஒருமுறை,

அந்தத் தயாரிப்பாளருக்குப் படம் இயக்கும்போதே, எல்லோரும் பயமுறுத்தினார்கள். இருந்தும் ஒத்துக்கொண்டு வேலை செய்தேன். படம் ஆரம்பித்ததும் தெரிந்தது, நண்பர்கள் கூறியதில் பாதி உண்மை என்று.

எப்படியென்றால், ஒரு அமைச்சர் வீட்டுக்கு லொகேஷன் பார்த்துவிட்டு வருகிறோம். எனக்கு அடையாறில் உள்ள ஒரு பங்களா பிடித்திருந்தது.

“ஏன் சார்? அடையாறு பங்களா ரொம்ப ஜாஸ்தி வாடகை கேட்கிறாங்களே” அந்தத் தயாரிப்பாளர் கேட்டார்.

“நமக்கு ஒரு நாள்தான் சார் ஷூட்டிங். தவிர, மந்திரி வீடுன்னு ஒரு ‘ரிச்னெஸ்’ வேணும். இல்லையா?” நான்.

“கரெக்ட்தான். ஆனால் மேனேஜர் காட்டின அந்த தி.நகர் வீடு”

“அது ஓ.கே–தான். ஆனா, அடையாறு பங்களா சூப்பர் சார்”

“அப்படியா?” என்ற தயாரிப்பாளர் மேனேஜரிடம் திரும்பி, “அப்புறம் சார் ஓ.கே. பண்ணி வீட்டையே புக் பண்ணிடுங்க” என்றார்.

சூட்டிங் முதல்நாள். அசிஸ்டென்ட் போனில் கதறுகிறான்.

“சார், மந்திரி வீட்டுக்கு தி.நகர் வீடுதான் புக் பண்ணிருக்காங்க”

“என்னது?” –ஷாக் ஆகிறேன்.

தயாரிப்பாளார் அறை. விவாதம் சூடாகிறது.

“நீங்க ஓ.கே. பண்ண வீட்டைத்தான் புக் பண்ணியிருக்கு” – தயாரிப்பாளர்.

“சார், அடையாறு பங்களாதான் கேட்டேன்” –நான்.

சிரித்தபடி தயாரிப்பாளர் “சார், நான் தி.நகர் வீடு புடிக்கலையான்னு கேட்டேன். நீங்க என்ன சொன்னீங்க?”

யோசிக்கிறேன்.

“அது ஓ.கே.தான். அதைவிட அடையாறு பங்களா சூப்பர்னு சொன்னேனே”

“ஆங், அது ஓ.கே.தான்னு சொன்னீங்களே. அதான் புக் பண்ணோம். நமக்கு வீடு போதும் சார். சூப்பர் வீடு வேணாம். நம்ம பட்ஜெட் அவ்வளவுதான்” – ரொம்ப சோஷியலாகச் சொன்னார்.

எப்படி... பார்த்தீர்களா?

பேச்சுவாக்கில் சொன்ன ஓ.கே.யைப் புடிச்சி எப்படி மடக்கினார் பாருங்க?

இந்தத் தயாரிப்பாளருக்கு நான் படத்தைச் சொன்னமாதிரி சொன்ன தேதியிலே முடித்துக் கொடுத்தேன். ஏனெனில், அவர் படம்.

எதை, எப்படி, எவ்விதம் சொல்ல வேண்டும் என்பது தெரிந்தது. அதை அவ்விதம் சொல்லி முடித்தேன். இதேபோல, இன்னொரு படம்.

இடையில் தயாரிப்பாளருக்கும் இசை அமைப்பாளருக்கும் பட்ஜெட் விஷயத்தில் கருத்து வேறுபாடு. நான்கு பாடல்கள் அதற்குள் பதிவு செய்யப் பட்டிருந்தன. அனைத்தும் நன்றாக வந்திருக்கின்றன. இதற்கிடையில் இந்தப் பிரச்னை வருகிறது.

"இசை அமைப்பாளரை மாற்றியாக வேண்டும். இதைவிடப் பெரிய இசை அமைப்பாளரைத் தருகிறேன்" எனக்கூறி, பெரிய இசை அமைப்பாளருக்கு போன் செய்து நேரமும் வாங்கிவிட்டார்.

இசை அமைப்பாளரோ, "அவர் பெரிய இசைஅமைப்பாளராக இருக்கட்டும். சார். எனக்கு என் கௌரவம் முக்கியம்" என பிடிவாதம் பிடிக்கிறார்.

இடையில் நான்...

தயாரிப்பாளார் மகா முன்கோபி, பிடிவாதக்காரர். நான் என்ன செய்தேன் தெரியுமா?

மறுநாள்.

தயாரிப்பாளார் அலுவலகம் சென்றேன். அவரைத் தனியாகச் சந்தித்து இவ்வாறு கூறினேன்:

"தப்பு யார்மேலன்னு விவாதிக்க வேணாம். நாலு நல்ல பாடல்கள் பதிவு பண்ணியாச்சு. ஒரே ஒரு பாடல்தான் பாக்கி. அதுவும் நல்லா வரும். இப்போ நீங்க சொன்ன பெரிய இசையமைப்பாளர்கிட்டபோனால் இதைவிட நல்ல பாடல்கள் வர்றதுக்கு மறுபடியும் வேலை செய்யணும். அதுகூட வாங்கி விடலாம். ஆனா, பட்ஜெட் பிரச்னைக்காக இந்த இசையமைப்பாளரை மாத்துவோம். பெரிய இசையமைப்பாளர் பட்ஜெட் கண்டிப்பாக இதைவிட ஜாஸ்தியாத்தான் வரும். அதுக்கு இவரே பெட்டர் இல்லியா?"

தயாரிப்பாளர் யோசிக்க ஆரம்பிச்சார். எனக்கு நன்றாக வந்திருப்பதாகத் தோன்றிய பாடல்களைவிட மனசில்லை. தனியாக இசையமைப்பாளரைச் சந்தித்தேன்.

"சார், பாட்டெல்லாம் சூப்பராகப் போட்டுக் கொடுத்திருக்கீங்க. ஒரு பாட்டு பாக்கி. அதுவும் சூப்பராக வரப்போகுது. ஏன் ஈகோ? தயாரிப்பாளர் கோபக்காரர்னு தெரியும். விட்டுக் கொடுங்க சார். இனி, பட்ஜெட் கூடாம பாத்துக்குறேன்னு தயாரிப்பாளருக்கு நீங்க ஒரு போன் பண்ணினா, எல்லாம் 'சால்வ்' ஆயிடும்." என்றேன்.

சற்று யோசித்த இசையமைப்பாளர், "போன் போடுங்க. உங்களுக்காகப் பேசறேன்" என்றார்.

பேசினார்கள். பிரச்னை தீர்ந்தது. ஐந்தாவது பாடல் ரிக்கார்டிங் ஆனது.

நம்பமாட்டீர்கள்! அந்தப் படத்தின் பாடல்கள் அனைத்தும் சூப்பர் ஹிட்! நாகரிகம் காரணமாக அவர்கள் இருவரின் பெயரையும் குறிப்பிடவில்லை. அது தேவையும் இல்லை. விஷயம் என்னவென்றால், இழுக்க மனசில்லை. ஆனால், ஒருவருக்கொருவர் தங்களின் கோபத்தை ஈடுசெய்ய ஒருவரைத் தேடி இருக்கிறார்கள். அது நானாக இருந்தேன். அவ்வளவுதான்.

இது சினிமா என்றில்லை – அரசியல் – குடும்ப வாழ்க்கை – அலுவலகம் – வியாபார இடம் – எல்லா இடங்களுக்கும் பொருந்தும்.

அதனால்தான் முதலிலேயே சொன்னேன்: "எதைச் சொல்றோம்ங்கிறது முக்கியமில்ல, எப்படிச் சொல்றோம்ங்கிறதுதான் முக்கியம்."

நான், இதை அப்படியே நடைமுறைப்படுத்திக்கிட்டு இருக்கேன். நீங்க?...

* * *

இயக்குநர்: A.வெங்கடேஷ்

உதவியாளர்

*ச*மீபத்தில் ஒருவர் என்னிடம் கேட்டார். சினிமாவில் உதவியாளராகச் சேரவேண்டும் என்பதற்கு என்னென்ன தகுதிகள் வேண்டும்? என்று. சட்டென்று கேட்கும்போது உடனே நான் சொன்னது:

"கதை பண்ணத் தெரியணும். அதை அழகா சொல்லத் தெரியணும்" என்று.

பின்னர் யோசித்துப்பார்க்கையில், கதைசொல்லும் தகுதி என்பது, சேருவதற்கான அடிப்படைத் திறமை மட்டுமே. அப்படியானால் உதவியாளராகச் சேருவதற்கு வேறு என்ன தகுதிகள் வேண்டும்?

நான் ஓட்டல் ரிசப்ஷனிஸ்ட் ஆக வேலை செய்துகொண்டே, சினிமாவில் உதவி இயக்குநராகச் சேருவதற்கு முயற்சிகளில் ஈடுபட்டிருக்கும்போது, என்னுடன் வேலை பார்த்த சக ரிசப்ஷனிஸ்ட் ஆன திரு.குமார்சிங் என்பவர் எனக்கு மிகவும் நெருக்கம்.

நாகர்கோயில்காரர். யாரிடமும் எதையும் எதிர்நோக்காத மனிதர்.

நல்லவர். பரோபகாரி. ஆனால் கண்டிப்பானவர்.

அந்த ஓட்டலின் முதலாளி இந்த குமார்சிங், என்ன சொன்னாலும் கேட்பார் என்றால் அவருடைய வேலையின் சிறப்பையும் குணத்தின் மதிப்பையும் தெரிந்துகொள்ளுங்கள். இவர்மூலமாகவே முதலாளியிடம் லீவுபெற்று நான் சான்ஸ் தேடிய நாட்களும் உண்டு.

ஆச்சரியம் என்னவென்றால், குமார்சிங்குக்கு சினிமாவில் நிறைய நண்பர்கள் உண்டு. ஆனால், அவர்களிடம் என்னைப்பற்றியோ நான் சினிமாவில் சேர முயற்சிகள் செய்வதுபற்றியோ ஒரு வார்த்தை கூற மாட்டார்.

நானும் "என்னைப்பற்றி அவர்களிடம் சொல்லுங்களேன்" என்று அவரிடம் கேட்க மாட்டேன். இருந்தாலும், ஒருநாள் ஒரு தனிமைப் பொழுதில் அவரிடம் கேட்டேன்:

"சார்! சினிமாவிலே சேரணும். உங்களுக்குத் தெரிந்த ஆட்கள் யார்மூலமாவது அவங்களுக்குத் தெரிந்த இயக்குநர்கள்கிட்டே சொல்லி விட முடியுமா?"

"என்ன தகுதி இருக்கு?" என்றார்.

"பி.காம். படிச்சிருக்கேன். நல்லா கதை சொல்வேன்" என்றேன்.

"பி.காம். படிச்சிட்டு, கதைசொல்லத் தெரிஞ்சா சினிமாவிலே அஸிஸ்டென்டாக ஜாயின் பண்ணமுடியுமா?" என எகத்தாளமாகச் சிரித்தார்.

"என்ன சொல்ல வருகிறார் இவர்?" எனக் குழம்பினேன்.

அவரே தொடர்ந்தார்...

"தம்பி, முதல்ல பொறுமை வேணும். அவமானத்தைச் சந்திக்கிற குணம் இருக்கணும். எந்த வேலையும் செய்யத் தயாராக இருக்கணும். சோறு இல்லாம உழைக்கணும். வருமானம் வரலைன்னாலும் வருத்தப்படக்கூடாது, இத்தனைக்கும்மேல தகுதிக்கு ஏத்த இடம் கிடைக்கலைன்னா, கிடைக்கிற இடத்தில இருந்துக்கிட்டு தகுதிக்கேற்ற இடத்துக்கு நகரத் தெரியணும். அதுக்குப்பேர்தான் சாமர்த்தியம். இதெல்லாம் தெரிஞ்சுக்கிட்டு அப்புறமா சினிமாவுக்கு முயற்சி பண்ணு"

நான் யோசனையாகப் பார்க்க,

"எனக்குத் தெரிஞ்சு உனக்கு இதில எந்தத் தகுதியும் இல்லைன்னு நினைக்கிறேன்" என்று கூறிவிட்டுப் போய்விட்டார். நான் அதிர்ச்சியில் நின்றேன். ஆனால், அன்று இரவுமுழுக்க யோசித்துக்கொண்டே படுத்திருந்தேன்.

'சூது கவ்வும்' படத்தில் விஜய்சேதுபதி ஒரு லிஸ்ட் போடுவாரே, அதேபோல் மனதுக்குள் லிஸ்ட் தோன்றியது. பைபிளின் பத்துக் கட்டளைபோல, எனக்கு நான் இட்டுக்கொண்ட கட்டளை.

இயக்குநர்: A.வெங்கடேஷ்

அது, நான் உதவி இயக்குநராகச் சேருவதற்கு உதவியது. இன்றைக்கு இருக்கும் சூழலில், அந்த லிஸ்ட்டில் சில விஷயங்கள் ஒத்துவராது என்பதால் அதை இங்கே குறிப்பிடவில்லை.

ஒரு உதவியாளராகச் சேருவதற்கு எங்களை நாங்களே தயார்ப்படுத்தி, ஒவ்வொரு ஆபீஸாக அலைந்து திரிந்து, முட்டி மோதி, தட்டப்பட்ட கதவுகளில் ஏதாவது ஒன்று திறந்து உதவியாளனாக உள்ளே நுழைவோம். ஆனால், இன்றோ, நிலைமை வேறுமாதிரி இருக்கிறது.

இப்போதெல்லாம் எனக்கு தினசரி இப்படி ஒரு போன் காலாவது வருகிறது.

"சார்! நான் உங்ககிட்ட அஸிஸ்டென்டா சேரணும்னு ஆசைப்படுறேன். வேக்கன்சி இருக்கா சார்?"

'மூடு' பொறுத்து சிலபேருக்குப் பொறுமையாகவும், சிலபேருக்கு வேகமாகவும் பதில் சொல்கிறேன். ஆனால், போன் மூலமாக வாய்ப்புக் கேட்ட யாரையும் நான் இதுவரை உதவியாளராகச் சேர்த்ததில்லை. எனக்குத் தெரிந்து சகஇயக்குநர்களிடம் விசாரித்தபோது அவர்களும் சேர்த்ததாகத் தெரியவில்லை.

மாறாக, "என்ன கலாச்சாரம் சார்? நாம எங்க, எப்படி, என்ன மனநிலையில் இருக்கிறோம்ங்கிறது தெரியாம போன் பண்ணி சான்ஸ் கேட்கிறாங்களே, இவர்களை என்ன கணக்கில சேர்க்கிறது?" என்றே கேட்டார்கள்.

இதைப் படிக்கும்போது, சிலருக்கு போன் பண்ணி வாய்ப்புக்கேட்டால் என்ன தப்பு எனத் தோன்றும்.

தப்பில்லை நண்பர்களே! எடுத்ததும் சந்திக்க நேரம் கேளுங்கள். பின்னர் சந்தியுங்கள். நீங்கள் யார்? உங்கள் திறமை என்ன என்பதை நேர்காணலில் நிரூபியுங்கள். அதன்பின் உதவியாளராக நீங்கள் சந்திக்கும் இயக்குநர் உங்களைச் சேர்த்துக்கொள்ள வாய்ப்புண்டு.

அதைவிட்டுவிட்டு, "வேக்கன்சி இருக்கா? சொல்லுங்க? உங்ககிட்ட அஸிஸ்டென்டாச் சேரணும்னு" எனக் கேட்டால்,

"ஆமா! இருக்கு வாங்க. நாளைக்கு வந்து ஜாயின் பண்ணிக்கங்க" என்று தரவே மாட்டார்கள். பதிலாக, ஏதேதோ காரணங்கள்கூறி தட்டிக் கழித்து விடுவார்கள். இதுதான் நிதர்சனம். போனில் வாய்ப்பு கேட்கும்போது நீங்கள் வாய்ப்புக் கேட்பதற்கான தகுதியை இழக்கிறீர்கள் என்பதே உண்மை.

ஒருமுறை, என் அலுவலகத்தில் ஒரு நண்பர் காத்திருந்தார். என்னைப் பார்க்க யார் வந்தாலும் 90 சதவிகிதம் சந்தித்துவிடுவேன். அவரையும் சந்தித்தேன்.

"என்ன பிரதர்? சொல்லுங்க..."

"சார், உங்ககிட்ட அஸிஸ்டென்டாச் சேரணும்" என இழுத்தார்.

"யார்கிட்டயாவது வொர்க் பண்ணிருக்கீங்களா?"

"இல்லை"

"புதுசா?"

"ஆமா" என்றார்.

"இதுக்கு முன்னாடி என்ன பண்ணிக்கிட்டு இருந்தீங்க?"

"சார், ஒரு ஹோட்டல் சின்னதா வச்சிருந்தேன். லாஸ் ஆயிடுச்சு"

"சரி, அப்ப வேற இடத்தில ஹோட்டல் வைக்கவேண்டியதுதானே"

"இல்ல சார், அஸிஸ்டென்டா சேரணும்னு முடிவுபண்ணிட்டேன். அதான்" என்று இழுத்தார்.

கேட்டேன்:

"பழகிக்குவேன்"

"கையெழுத்து எப்படி இருக்கும்?"

"சுமாராத்தான் இருக்கும்"

"சரி டிடிபி தெரியுமா?"

"இங்கிலீஷ் அடிப்பேன். தமிழ் வராது"

"ம்... ஒண்ணு பண்ணுங்க, ஆர்வமா இருக்கீங்க ஆனா தகுதி இல்ல. அஸிஸ்டென்டாக தகுதியை வளர்த்துக்கிட்டு ரெடியாயிட்டு வாங்க"

"என்ன சார் தகுதி?"

இதற்குப் பதில் என்ன சொல்வது? இருந்தாலும் பொறுமையாகச் சொன்னேன். நயமாகப் பேசி அனுப்பினேன். அதாவது, முதலில் நிறையப் படம் பார்க்கணும். தோணுகிற கதைகளை நண்பர்களிடம் சொல்லி கருத்துக் கேட்கணும். ஒரு நல்ல கதை சொல்லும்வண்ணம் மாறினால் போதும். உதவி இயக்குநராகச் சேர நல்ல தகுதியுள்ளவனாக அதுவே மாற்றிவிடும்.

இயக்கநர்: A.வெங்கடேஷ்

ஏற்கனவே சினிமாவில் தெரிந்த, ஜெயித்த நண்பர்களில் ஒருத்தன், உறவினர்களில் ஒருத்தன், தூரத்துச் சொந்ததில் ஒருத்தன், நண்பனுக்கு நண்பன், ஊருக்கு வந்துவிட்டுப்போன ஒரு சினிமாக்காரன் இப்படி, சினிமாவில் ஜெயித்தவர்களைப் பார்த்து, ஆர்வத்தினால் உந்தப்பட்டு, தகுதியை வளர்த்துக்கொள்ளாமல், அலையாதீர்கள் என்பதுதான் என் கோரிக்கை.

நானும் கம்பெனி, கம்பெனியாக இயக்குநர்களின் அலுவலகத்தைத் தேடி அலைந்தவன்தான்.

ஒரு நாள், ஒரு அலுவலகத்தில் “கையெழுத்து நல்லா இருக்குமா? தம்பி காப்பி எடுக்கப் பையன் தேவைப்படுது” எனக்கூறி, என் கையெழுத்தை செக் பண்ணி, சரியில்லை என்று அனுப்பிவிட்டனர். இத்தனைக்கும் நாடகங்கள் போட்ட, சிறுகதைகள் எழுதிய, மேடைப்பேச்சு அனுபவங்கள் உள்ளவன் நான்.

இருப்பினும், அன்றிலிருந்து மூன்று மாதம் கடுமையான பயிற்சி மேற்கொண்டேன். ரெட்டைக் கோடு நோட்டு என்பார்களே! அதை வாங்கி மூன்று மாதம் பழகி, என் கையெழுத்தைச் சரி செய்தேன்.

அது, பின்னாளில் நான் உதவியாளன் ஆனபோது மிகவும் உறுதுணையாக இருந்தது.

இன்று, குறும்படக் கலாச்சாரம் வந்துவிட்டது. உங்கள் திறமையைக் காட்டி ஒரு குறும்படம் எடுத்துக் காட்டினால்போதும். உங்களின் கற்பனைத் திறன் கவனிக்கப்படும். புதிய வாசல் திறக்கப்படும். ஆனால், அதற்கும் தனித்திறன் வேண்டும். எத்தனையோ குறும்படங்கள் எடுக்கிறார்கள். குறிப்பாக, தனித்தன்மை உள்ளவர்கள் மட்டுமே வெளியில் தெரிகிறார்கள்–வாய்ப்பைப் பெறுகிறார்கள்.

“ஏதோ ஒருவிதத்தில் உங்கள் திறமையை வளர்த்துக்கொள்ள வேண்டும். ஏனெனில்,

‘வினைக்குரிமை நாடிய பின்றை அவனை
அதற்குரியனாகச் செயல்.’

இந்தத் திருக்குறளின் அர்த்தம் என்ன தெரியுமா?

“ஒருவன் குறிப்பிட்ட வேலைக்குத் தகுதியுள்ளவனா என்பதை தெளிவாகக் கண்டறிந்தபிறகுதான் அவரிடம் அந்த வேலையை ஒப்படைக்க வேண்டும்.”

சினிமாவில் உள்ளவர்கள் மட்டுமல்ல; உலகமே இப்படித்தான் தனக்கு வேண்டியவர்களைத் தேர்ந்தெடுக்கும்.

தகுதியை வளர்த்துக் கொள்ளுங்கள்.

தகுதிக்கு ஏற்ப வளர்வீர்கள்!

* * *

இயக்கநர்: A.வெங்கடேஷ்

ரெடிமேட்

இரண்டு சதவிகித கற்பனையும், 98 சதவிகித கடும்உழைப்பும் உள்ளவனே வெற்றியாளனாக முடியும் என்பது, ஒரு பொன்மொழி. இந்தப் பொன்மொழிக்கு ஏற்பவும், பின்வரும் சம்பவங்களுக்குத் தகுந்தாற்போலவும் இருக்கும் என்பதால் ஒரு குமரகுரு சுவாமிகள் வெண்பாவை இங்கு மேற்கோள்காட்ட விழைகிறேன்.

"மெய்வருத்தம் பாரார்,

பசிநோக்கார்,

கண் துஞ்சார்,

எவ்வெவர் தீமை எதிர்கொள்ளார்–

செவ்வி அருமை உணரார்,

அவமதிப்பு கொள்ளார்,

கருமமே கண்ணாயினார்"

எனவே, வேலையில்லாமல் நீங்கள் சும்மாயிருக்க நேர்ந்தால் தனித்து இருக்காதீர்கள். எதையாவது படியுங்கள், பாடுங்கள், எழுதுங்கள். சுருக்கமாக, சும்மாயிருந்தால் தனித்து இருக்காதீர்கள்–தனித்திருந்தால் சும்மாயிருக்காதீர்கள்.

நெற்றி வியர்வை நிலத்தில் சிந்தி உழைப்பது மட்டும் உழைப்பல்ல; உங்கள் லட்சியத்துக்காக, உங்களை நீங்கள் தயார்ப்படுத்தி அதை நோக்கி நடைபோடுவதும் உழைப்புதான்!

நாம் யாராக வேண்டும் என்று எண்ணிவிட்டால் மட்டும் போதாது. அதற்காக நம்மை நாமே தயார்ப்படுத்திக்கொள்ள வேண்டும்.

சில வருடங்களுக்குமுன், அப்போது நான் மூன்று படங்கள் இயக்கியிருந்த காலகட்டம். எனது வேண்டப்பட்ட உறவினர் என்னிடம் வந்தார். திருமணமானவர். அவர் "சினிமாவில் சேரணும், என்னைத் தங்களுடன் அழைத்துச்செல்லுங்கள். ஒரு உதவியாளனாகச் சேர்த்துக்கொள்ளுங்கள்" என்றார்.

"இங்கே பாருங்க, நானே மூணு படங்கள்தான் இயக்கியிருக்கேன். இன்னும் சினிமாவில கால் 'ஊன்றல'. தவிர, சினிமா அவ்வளவு சுலபமில்ல" என்றேன்.

"நீங்க டைரக்டர் ஆகலையா, நான் உங்களைவிடப் பெரிசா வளர்வேன்"

உறவினர் அல்லவா? உரிமையுடன் பேசினார்.

"நல்லா வாங்க, வளருங்க. ஆனா, உங்க குணத்துக்குச் சினிமா சரிப்பட்டு வராது" என்றேன்.

"என்ன சரிப்பட்டு வராது?"

"நீங்க கௌரவம் பார்க்கிறவரு. சினிமாவில அவமானப்படணும். நீங்க பசி பொறுக்கமாட்டீங்க. சினிமாவில நேரத்துக்குச் சாப்பிடமுடியாது. நீங்க அவசரக்காரர். சினிமாவுக்குப் பொறுமை அவசியம். குறிப்பா, நீங்க தொட்டாச் சிணுங்கி. ஆனா, சினிமா உங்களைத் தூக்கி, துரத்தி, விரட்டி, வேதனைப் படுத்தி, நிலைகுலையவைக்கும். சமாளிக்க முடியாது" என்றேன்.

"அதெல்லாம் சமாளிச்சிடுவேன். நீங்க சென்னைக்கு மட்டும் என்னைக் கூட்டிட்டுப்போயி, ஒரு படத்துல உதவியாளனாக சேர்த்துப் பாருங்க. அப்புறம் தெரியும், நான் யார்னு?" என்றார்.

ரொம்ப அபாரமான தன்னம்பிக்கையுடன் பேசினார். இந்த சம்பாஷணை நடந்தது திருச்சியில் உள்ள என் அக்கா வீட்டில் வைத்துத்தான். அக்கா, அத்தான், உறவினர்கள், நண்பர்கள்வேறு அழுத்தம் கொடுத்தார்கள்.

"சரி, சொல்றது சொல்லிட்டேன். அப்புறம் உங்க இஷ்டம். வாங்க"

வந்தார் மனைவியுடன்.

இங்கு வீடு வாடகைக்கு எடுத்துத் தங்கினார். அட்வான்ஸ் கொடுக்கப் பணம் தந்தேன். உறவினர் அல்லவா? என்னுடன் 'பூப்பறிக்க வருகிறோம்' படம் முழுக்க வேலை செய்தார் அடுத்தபடம் 'சாக்லெட்' ஆரம்பிப்பதற்குள் என்னுடன் கருத்து வேறுபாடு.

அவருக்கு, நான் எதிர்பார்த்ததுபோலவே வந்துவிட்டது. அதற்குப் பல காரணங்கள்:

'சாக்லெட்' படம் ஆரம்பித்தபோது, அவர் என்னைச் சந்திக்கவே இல்லை. அதன்பிறகு, என்னோடு தொடர்பு கொள்ளவும் இல்லை. நான் போன் பண்ணினால்கூட "நான் தனியே படம்பண்ண முயற்சிக்கிறேன்" என்றுகூறி டக்கென்று போனை வைத்துவிடுவார்.

ஆயிற்று...

'சாக்லெட்'

'பகவதி'

'தம்'

'குத்து'

'ஏய்'

என்று படங்கள் முடிந்து 'ஏய்' ஆரம்பிக்கும் போது, மீண்டும் வந்தார்.

"இல்ல, முயற்சிகள்ல இருக்கேன். இப்ப கரெண்ட்ல ஒரு படம். உங்ககூட வேலை செஞ்சா உடனே படம் கிடைக்கும்"

"அப்படியா? சரி. வாங்க, வேலை செய்யுங்க, வேலையப் பாத்துக்கிட்டே தனியா முயற்சி பண்ணுங்க. படம் தனியா பண்ண வாய்ப்புக் கிடைச்சதும் போங்க" என்றேன்.

வந்தார். சரியாக 'சாணக்யா' படத்தின் வேலை செய்துமுடித்ததும் நின்று விட்டார்.

"இல்ல பிரதர்... வேலை செஞ்சுக்கிட்டே முயற்சி பண்ணுங்க" என்றேன்.

"இல்ல, சரியா வராது. விட்டுடுங்க" என்று போய்விட்டார்.

மீண்டும் சில வருடங்கள் தொடர்பு எல்லைக்கு வெளியே இருந்தார். பிறகு, இப்போது வரை அவ்வப்போது சந்திப்பார். 'முயற்சி செய்றேன்' என்பார்.

திடீரென்று ஒருநாள் போன் பண்ணினார். "எனக்கு சினிமாவில நடிக்க வாய்ப்புக் கொடுங்க. டைரக்ஷன் முயற்சியை ஒத்திவைத்துவிட்டு நடிக்கலாம்னு முயற்சி பண்றேன்" என்றார்.

எப்போ? கிட்டத்தட்ட 15 வருடங்கள் கழித்து. எனக்கு கோபம் வந்தது.

"ஏன் இப்படி உறுதியற்ற மனநிலையில் குறிக்கோளைச் செம்மைப் படுத்தாமல்?"

இருப்பினும்,

"சரி" என்று நடிக்க வாய்ப்புக் கொடுத்தேன். மீண்டும் ஒருநாள் போன் பண்ணினார்.

"தெரிஞ்ச தயாரிப்பாளர்களிடம் கதை சொல்ல சிபாரிசு பண்ணுங்கள்" என்றார்.

"நடிக்க முயற்சி பண்ணப் போறேன்னு சொன்னீங்களே"

"இல்ல, அது செட்டாகல. மீண்டும் தீவிரமாக டைரக்ஷன் பண்ணப் போறேன்" என்று சொன்னார்.

"அப்படியா, சரி."

அதன்பின், எனக்குத் தெரிந்த சில தயாரிப்பாளர்களிடம் அனுப்பினேன்.

"கதை ஓ,கே. பட்ஜெட் பெரிசா இருக்கு" என்றார்கள்.

"பட்ஜெட் கொஞ்சம் அட்ஜெஸ்ட் பண்ணிக் கொடுங்க பிரதர்" என்றேன்.

"உங்கள மாதிரி நான் இல்ல. டக்டக்குன்னு என்னால் மாத்தி மாத்திப் பண்ணமுடியாது. சப்ஜெக்ட்டுக்கு ஏத்த பட்ஜெட்தான் இது" என்று கூறி விட்டார். சரியென்று விட்டுவிட்டேன். பின்னர் ஒருநாள் (சில மாதங்களுக்குப் பின்னர்),

"பட்ஜெட் குறைச்சு ஒரு பிளான் வச்சிருக்கேன். ஏதாவது ஒரு தயாரிப்பாளர் இருந்தா சொல்லுங்க"

"இதை அன்னிக்கே செஞ்சிருந்தா படம் பண்ணியிருக்கலாமில்ல"

"ப்ச். அந்த தயாரிப்பாளர் படம் பண்ற ஐடியாவில் இல்ல. சும்மா என் டயத்தை வேஸ்ட் ஆக்கிட்டார்" என்றார்.

"இல்லீங்க, சினிமாவில் இப்படித்தான். நீங்க கொஞ்சம் அட்ஜெஸ்ட் பண்ணி, விட்டுக்கொடுத்து..."

"சரி, சரி, விடுங்க. இப்ப ஒரு தயாரிப்பாளர் இருந்தாச் சொல்லுங்க" டக்கென்று போனை வைத்தார். எனக்குக் கோபம் வரவில்லை. சிரிப்புத்தான் வந்தது. "எவ்வளவு அறியாமையிலும், தன்னம்பிக்கை இல்லாமலும், குழப்பமாகவும் இருக்கிறார்" என்று.

ஆக, மாதங்கள் பல ஓடின. அவ்வப்போது பண உதவி செய்தேன். இன்னும் அவர் சினிமாவுக்கு ஆன முயற்சிகளில் ஈடுபட்டுக்கொண்டு இருக்கிறார் என எண்ணிக்கொண்டிருக்கும்போது மீண்டும் அவரிடமிருந்து போன்.

எடுத்தேன்.

"சினிமா தவிர, வேறு ஏதாவது ஒரு கம்பெனியில, இல்ல கடைகள்ல நல்ல சம்பளம் வர்றமாதிரி ஒரு வேலை சொல்லமுடியுமா? வெளியூர்கூட போக ரெடியாக இருக்கேன். ஏன்னா? Survival problem" என்றார்.

என்ன பதில் சொல்ல?

சொல்லுங்கள்?

* * *

நானும் டிரைவர்தான்!

“ரூ-வீலருக்கு நீங்க டிரைவராக இருந்திருக்கிறீர்களா?”

சிரிக்காதீர்கள். நான் இருந்திருக்கேன். ஆனால், எப்படி என்பதற்கு முன் ஒரு ஃபிளாஷ்பேக்.

நான் சொல்லியிருந்தேன் அல்லவா?

சென்னை வந்த புதிதில், சினிமாவில் சான்ஸ் தேடும் சமயம் ஹோட்டலில் ‘ரிசப்ஷனிஸ்ட்’ ஆக வேலை செய்துவந்தேன் என்று. அப்போது, அங்கு தங்கியிருப்பவர்களில் சிலர் நண்பர்கள்.

அதிலும், என்னுடன் வேலைபார்த்த குமார்சிங் அவர்களும், நானும் ஜாக்கிரதையாகவே பழகுவோம். வாடகையை பாக்கி வைத்துவிட்டுப் போய் விடக்கூடாதே என்று.

அதிலும் சிலபேர் வாடகையை பாக்கிவைத்துச் செல்வர். குமார்சிங் ஓ.கே. என்று அனுப்பிவைப்பார். போனவர்களில் சிலர் சொன்னமாதிரி பணத்தை அனுப்பிவைப்பார்கள். சிலர் மாத, வாரக்கணக்கில் கழித்து, பிறகுவந்து செட்டில் செய்வார்கள்.

அந்த ஏமாற்றிய சிலரைப்பற்றி நான் சிங் அவர்களிடம் கேட்பேன்.

“விடுப்பா. பிசினஸ்னா வாராக் கடன்கள் இருக்கத்தான் செய்யும்” என்பார். அவர் அனுபவஸ்தர். எனவே, சரி என்று தலையாட்டிவிடுவேன்.

அந்த சிங், ஒருநாள் வேலையை விட்டு நின்றுவிட்டார். அதுவும் என்னிடம் கூட

சொல்லாமல். எனக்கு கையும் ஓடவில்லை, காலும் ஓடவில்லை. முதலில், ரிசப்ஷனை நான் ஒருவனே கவனிக்க வேண்டும்.

இரண்டாவது, குமார்சிங் நேர அட்ஜெஸ்மென்டில் என்னை உதவி இயக்குநராக வேலைசெய்ய அனுப்பிவைப்பார்.

அப்படித்தான் இதயத்தாமரை, நியாயத்தராசு இரண்டு படங்களிலும், ஹோட்டலில் வேலைசெய்துகொண்டே உதவிஇயக்குநராகவும் வேலை செய்தேன். லீவு போடும் சமயம் குமார் அட்ஜெஸ்ட் பண்ணி 'டபுள் டூட்டி' பார்ப்பார்.

அவர், வேலையை விட்டுவிட்டார். இப்போ என்ன செய்ய?

"தம்பி! இன்னும் ஒரு வாரத்திலே புதுசா ஒருத்தர் வேலைக்கு வருவாரு. தவிர, உனக்குத் தெரிஞ்ச பையன் யாராவது இருந்தாகூடச் சொல்லு" என்று ஓனர் கூறினார்.

சரி என்று தலையாட்டினேன். உள்ளுக்குள் உதறல். அப்போது இதயத் தாமரை, நியாயத் தராசு இரு படங்களில் வேலைசெய்த அனுபவம். தவிர, இயக்குநர் கே.ராஜேஸ்வர் அடுத்த படம் ஆரம்பிக்கத் தாமதம் ஆனதால், வேறு படங்களின் இயக்குநர்களிடம் உதவி இயக்குநராக வேலைசெய்ய முயற்சி செய்துகொண்டிருந்தேன்.

'வாய்ப்புக் கிடைக்கலியே, இயக்குநர் ஆவதற்கு கதை சொல்வது' என்ற மூடில் இருந்த சமயம் வேறு. இந்த நேரம் பார்த்தா குமார்சிங் வேலையை விட்டுப் போக வேண்டும்? ஒரே குழப்பம் எனக்கு. புதிதாக வருபவர் நமக்கு உதவியாக இருக்கணுமே...

எனவே, என் நண்பர் சேகர் என்பவனை சிபாரிசு செய்து தூத்துக்குடியில் இருந்து வரவழைத்தேன். அதுதவிர புதிதாக இருவர். ஒருவர், காளி இன்னொருவர், மேகநாதன் என ஹோட்டல் முதலாளி அவர் தரப்பில் வரவழைத்துவிட்டார்.

ஆக, இரண்டுபேர் வேலைசெய்த ரிசப்ஷனில் இப்போது நாலுபேர். நல்லது நமக்கு இனி சான்ஸ் ஈஸியாகத் தேடலாம்னு நான் நினைத்தபோதுதான், ஒரு பெரிய ட்விஸ்ட்.

ஊரிலிருந்து நான் சிபாரிசு செய்து, எனக்கு உதவியாக இருக்கும் என அழைத்து வந்தேனே சேகர், அவனுக்கு நடிகன் ஆகவேண்டும் என ஆசை வந்து விட்டது. எனவே, அவனும் நடிக்க முயற்சி செய்வேன் என்று அடம்பிடிக்கிறான்.

"டேய்! நான் டைரக்டர் ஆகிறது லட்சியம்டா. தயாரிப்பாளர்கிட்ட கதை சொல்ல முயற்சி செஞ்சுக்கிட்டு இருக்கேன். ப்ளீஸ்... கொஞ்சம் அமைதியாக இரு. நான் இயக்குநராகி உன்னை நடிக்கவைக்கிறேன்" என கெஞ்சினேன்.

"நீ இயக்குநராகி நான் நடிக்கணுமா? நீ தயாரிப்பாளரைப் புடிச்சு கதை சொல்லணும் இல்ல. அதனால நமக்குள்ளே ஒரு டீல். ஒருநாள் நீ ஏதாவது தயாரிப்பாளரைச் சந்திக்க முயற்சி பண்ணா, மறுநாள் நான் நடிக்க முயற்சி பண்ணுவேன். இப்படி ஒருநாள் விட்டு ஒருநாள் முயற்சி பண்ணலாம். சரியா?"

முடிவை எடுத்துவிட்டான். வேறு வழியின்றி ஒத்துக்கொண்டேன். அந்த விதியின்படி செயல்பட்டு நான் இயக்குநராக முயற்சி செய்ய, அவன் நாலைந்து படங்களில் சில சீன்களில் நடித்தும் விட்டான்.

வந்தது வினை. இப்போது அவன் மேலும் தீவிரமாக நடிப்பு மேடையில் இறங்கிவிட்டான். அவன் வேலையைச் சேர்த்து நான் பார்க்க வேண்டியதாயிற்று. யார் உதவியாக இருப்பார் என எண்ணி நான் அந்த ஹோட்டலில் வேலைக்குச் சேர்த்துவிட்டேனோ, அவனுக்கு நான் உதவியாக இருக்கவேண்டிய சூழல் ஆகிவிட்டது.

"டேய் இப்படிப் பண்றியே? என்னோட இயக்குநராகும் கனவு உன்னாலே கலைஞ்சிடும் போலிருக்கே" என கிட்டத்தட்ட அழாக்குறையாக கேட்பேன்.

"கொஞ்சம் வெயிட் பண்ணு கண்ணா. நானே ஹீரோவாகி கால்ஷீட் தர்றேன். சீக்கிரம் என்னை வச்சு நீ டைரக்ட் பண்ணலாம். ஏதோ இந்த நண்பனுக்கு (என் நெஞ்சில் கைவைத்து) இந்த நண்பனால் (அவன் நெஞ்சில் கைவைத்து) ஆன உதவி" என போய்விடுவான்.

யோசித்துப் பார்த்தேன்.

"இது சரியாக வராது. இவன் ஹீரோ ஆகட்டும். ஆனால், இவனுக்கு முன்னாலே நாம் டைரக்டராகணும்" யோசித்து, யோசித்து பின்னர் திடீரென்று வேலையை விட்டுவிட்டேன்.

"தீவிர முயற்சிசெய்து டைரக்டராவதற்கு அந்த வேலையில் இருந்து கொண்டே முயற்சிப்பது சரியாக வராது" என முடிவு எடுத்துவிட்டேன்.

வேலையை ராஜினாமா செய்துவிட்டு, ஹோட்டலுக்குப் பக்கத்திலேயே ஒரு பெரிய வீட்டின் பின்புறம் இருந்த ஒரு

இயக்குநர்: A.வெங்கடேஷ்

சிறிய அறையில் இருந்த இரண்டு பேரோடு, வாடகையை ஷேர் பண்ணிக்கிறேன் என்றுசொல்லி சேர்ந்துவிட்டேன்.

அது, எவ்வளவு பெரிய தவறான முடிவு என்பது என்று ஒரு மாதம் கழித்துத்தான் தெரிந்தது. ஆமாம். கையிலிருந்த இருப்பு கரைந்து "அடுத்த வேளை சாப்பாட்டுக்கு என்ன செய்யலாம்?" என யோசிக்கும் நிலை வந்தது.

இப்போது நடிகனாக மேலும் இரண்டு படங்களில் நடித்திருந்தான் சேகர்.

ஆனால், அவன் புத்திசாலி. ஹோட்டல் வேலையை விடவில்லை. நான் வந்த பின்பு, அந்த ஹோட்டல் முதலாளியிடம் இப்போது அவனுக்குத்தான் நல்ல செல்வாக்கு. நான் அந்த சேகரிடம் போய் நின்றேன்.

"சேகர், டெய்லி ஒரு அஞ்சு ரூபா கொடுத்தா சாப்பாட்டுச் செலவுக்கு உதவியாக இருக்கும். கடனாக, பின்னாடி அடைக்கிறேன்" எனக் கேட்டேன்

"தினசரி அஞ்சு ரூபாயா? மை காட்! அதெல்லாம் கஷ்டம்டா... மாசம் ரூ. 150 என்கிறது இந்த 1990 வருஷம் எவ்வளவு பெரிய தொகை தெரியுமா?"

பி.காம். படிச்ச என்கிட்ட ஸ்டாடிஸ்டிக்ஸ் கேட்டான்.

"டேய்... உதவி செய்ய முடியுமா? முடியாதா?"

"தினசரி அஞ்சு ரூபா எல்லாம் தரமுடியாது. இங்கே ஹோட்டலில் தங்கி இருக்கிற முரளின்னு ஒருத்தர் பிசினஸ் விஷயமாக சென்னையில சுத்துறாரு. அதுக்கு ஒருநாளைக்கு செலவு நிறைய பண்றாரு. நான் ஒரு ஐடியா தர்றேன் செய்றியா?"

முதன்முதலாக என் நண்பன் ஐடியா தருகிறான். மறுக்க முடியுமா?

"சொல்லுடா" என்றேன்.

"அவர் ஆட்டோவுக்கு செலவு பண்ற காசுக்கு ஒரு டி.வி.எஸ்–50யை வாங்கினாருன்னு வை. அவருக்கு வண்டி ஓட்டத் தெரியாது. உனக்கு ஓட்டத் தெரியும். நீ அவரை பின்னாடி உக்கார வச்சுக்கிட்டு, எங்கெல்லாம் போறாரோ அங்கெல்லாம் கூட்டிட்டுப் போ. டெய்லி 5 ரூபாய் பேட்டா, சம்பளம் பேசி விடறேன். எப்படிப் பார்த்தாலும் அவருக்கு லாபம்தான்.

ஆட்டோவுக்கு கொடுக்கிற காசுல வண்டி வாங்கினாருன்னா அவருக்கு வண்டி மிச்சம். ஊருக்குப் போறப்போ வண்டியையே வித்துட்டாருன்னா அவருக்கு பணமும் கிடைக்கும். அவரை நான் ஒத்துக்கவைக்கிறேன். உனக்கு ஓ.கே.வா?" என யோசனை சொல்லி முடிக்கிறதுக்குள்ள, நான் ஓ.கே. என்றேன்.

எப்படியும் வருமானம் வேணுமே?

அன்றுமுதல் மூன்று மாதம் குறைந்தது 'டூ–வீலர் டிரைவராக வேலை பார்த்தேன். கிட்டத்தட்ட ஒரு ஆட்டோ டிரைவர்போல அவர் போகுமிடமெல்லாம் டூ–வீலரில் கூட்டிப் போவேன். இறக்கிவிட்டுக் காத்திருப்பேன். அந்த முரளி வேலையை விட்டுவந்தவுடன் பிக்–அப் பண்ணிக்கொண்டு அடுத்த இடத்துக்குச் செல்வேன்.

இப்படி டூ–வீலர் டிரைவராக நான் வேலை பார்த்தது, இன்றும் என்னால் மறக்க முடியாது.

தாங்ஸ் டூ சேகர்!

தாங்க்ஸ் டூ மிஸ்டர் முரளி!

* * *

கமர்ஷியலும் ஒரு கலைதான்

"*அது* கமர்ஷியல் படம்பா"

"கமர்ஷியலா இருக்கு"

"அட, கமர்ஷியல் படம்தானே. அந்தப் பார்வையில் ஓ.கே."

இப்படித்தான் கமர்ஷியல் படங்களுக்கான கமெண்ட்டுகள் கமர்ஷியல் படங்களைநோக்கி விழும். அப்போதெல்லாம் என் மனசு மிகவும் வருத்தமடையும். கமர்ஷியல் படம்னா அவ்வளவு ஈஸியா செய்யமுடியுமா என்ன? கமர்ஷியல் படம்னா ஏன் இப்படி ஒரு கேவலமான அல்லது மரியாதை இல்லாத பார்வை?

உண்மையில் சொல்லப்போனால், கமர்ஷியல் படம் பண்ணுவதுதான் கஷ்டம். இலக்கியத்தரமான படங்கள் பண்ணுவது ஈஸி. எப்படித் தெரியுமா?

ஆங்கிலத்தில் 'Make believe' என்பார்கள். அதாவது, நம்பவைக்க வேண்டும் படம்பார்க்கும் ஆடியன்ஸை.

அவன், திரையரங்கினுள் இருக்கும் அந்த 3 மணி நேரங்களில், அவனை யோசிக்கவிடாமல், திரையில் இருந்து பார்வையைத் திருப்பாமல் அதேசமயம், சுவாரசியமாக கதையையும், கதாபாத்திரங்களையும் படைக்க வேண்டும்.

கவனியுங்கள், படைக்க வேண்டும். அதாவது, கமர்ஷியல் படம் இயக்கும் படைப்பாளிகள் கதையையும், கதாபாத்திரங்களையும் தங்களது கற்பனையில் உருவாக்க வேண்டும்.

உதாரணமாக, கதாநாயகன் பாத்திரப் படைப்பில் இருந்து, அவன் நடை உடை, பேசும் வசனம், எல்லாமே கற்பனையில் உருவாக்க வேண்டும். இப்படியும் மனிதன் இருப்பான் என பார்வையாளனை நம்பவைக்க வேண்டும்.

அதேபோல், திரைக்கதையின் சம்பவங்களும் கற்பனையால், சமயங்களில் அதிகக் கற்பனையுடன் சம்பவங்கள் கோர்த்தால்கூட பார்வையாளனை கட்டிப் போட வேண்டும். இதில், தவிர்க்கமுடியாத சில 'லாஜிக் மீறல்' வரும். சுவாரசியத்துக்காக அந்த லாஜிக் மீறலையும் தெரிந்தே செய்வார்கள் கமர்ஷியல் படைப்பாளிகள்.

ஆனால், 'இயல்பான படம்', 'எதார்த்தமான படைப்பு', 'வாழ்வியலை அடிப்படையாகக் கொண்ட படங்கள்'. சுருக்கமாக, வாழ்க்கையை ஒட்டி எடுக்கப்பட்ட யதார்த்தப் படங்கள் இவைகள்தான். இயக்குவது எளிது.

தேவை ஒரு ஆராய்ச்சி (அ) ஒரு நிஜ சம்பவத்தின் தொகுப்பு.

இவை போதும். ஒரு எதார்த்த படைப்பு படைப்பதற்கு. நம் ஊரிலோ அல்லது வாழ்க்கையிலோ, நம் நண்பனின் வாழ்க்கையில் நடந்த உண்மைச் சம்பவமோ அல்லது நிஜத்தில் நடந்த உண்மைச் சம்பவத்தை அடிப்படையாகக் கொண்டு திரைக்கதை எழுதப்படுகிறது.

ஆனால் ஒருசில மாதம் ஆராய்ச்சி, அந்த எதார்த்தப் படங்களுக்குச் செய்தால் போதும். கதாபாத்திரம் உடையில் ஆரம்பித்து பேசும் வசனம், அது நிற்பது, நடப்பது, சம்பவம் நடக்கும் கதைக்களம், சம்பவங்களுக்கான நிகழ்வுகள், இப்படி எல்லாவற்றுக்கும் உண்மையின் மாதிரி (reference) இருக்கும். அதைவைத்து எளிதாகச் சாமாளித்துவிடலாம். கமர்ஷியல் படங்களுக்கு எந்த referenceம் கிடையாது.

சொந்தமாக யோசிக்க வேண்டும். தேவையென்றால் ஆங்கிலப் படங்களை ஆக்ஷன் காட்சிகளுக்காக தேவை எனில், சிலர் reference எடுத்துக் கொள்வார்கள். எனவே, யோசித்துப்பார்த்தால் கமர்ஷியல் படம் இயக்குவது எளிதல்ல. அதற்காக எதார்த்த சினிமா படைப்பது எளிது என்று கூறவில்லை. அதைவிட, கமர்ஷியல் சினிமா எடுப்பது கஷ்டம் அதிகம் என்கிறேன். இதில் கமர்ஷியல் படம் என்றதும், ஏன் ஒருபடி இறக்கிப் பார்க்கிறீர்கள் என்பதுதான் என் கேள்வி.

சில சமயங்களில், சில பழைய வார இதழ்களில் வந்த தொடர்கதைகளை பைண்டிங் செய்து, லெண்டிங் லைப்ரரிகளில் வைத்திருப்பார்கள். நீங்கள் பார்த்திருப்பீர்கள். அப்படிப்பட்ட புத்தகங்களை வாங்கிப் புரட்டிப்பார்த்தால் பழைய கமர்ஷியல் படங்களை (குறிப்பாக புரட்சித்தலைவர் எம்.ஜி.ஆர். படங்கள்) துவை,துவைன்னு துவைச்சு, ஏறக்குறைய, ஒரு கிண்டல் தொனியில் விமர்சனம் எழுதியிருப்பார்கள்.

ஆனால், அந்தப் படங்கள் அனைத்தும் அன்று 'பாக்ஸ் ஆபிஸ்' ஹிட். இன்றைக்கும் அவைகளை வெளியிட்டு, வெளியூர் தவிர வேறு மாநிலங்களில் ஏன், உலக சினிமாக்களில்கூட கமர்ஷியல் சினிமாக்களுக்கான 'உலக மார்க்கெட்' பெரிதாக இருக்கிறது. உலகம்முழுக்க கமர்ஷியல் கதாநாயகர்களின் படங்களின் வியாபாரம் அமோகமாக இருக்கிறது.

அர்னால்ட், ஜாக்கி சான், டோனி ஜோ இப்படிப்பட்ட கதாநாயகர்களின் படங்கள் உலகளவில் அதிக வசூலை அள்ளித்தந்து கொண்டுதானே இருக்கிறது. அப்புறம் ஏன், கமர்ஷியல் சினிமான்னா அந்த தரம்தாழ்ந்த பார்வை?

தியேட்டர்களில் 'காசு' பார்க்கிறார்கள். தவிர, தமிழக ஹீரோக்களில் 'வசூல் சக்கரவர்த்தி' என்று பட்டம் வாங்கிய முதல் கமர்ஷியல் கதாநாயகன் புரட்சித்தலைவர் திரு. எம்.ஜி.ஆர். அவர்கள்தான். தவிரவும், தமிழ் சினிமாவில் ஏ.வி.எம். புரொடக்ஷன்ஸ், வாஹினி புரொடக்ஷன்ஸ், தேவர் பிலிம்ஸ், சத்யா மூவிஸ், தேனாண்டாள் பிலிம்ஸ் இப்படி நிறைய கம்பெனிகள் கமர்ஷியல் படங்கள் எடுத்து, பெரிய பேனர்கள் என்று பெயர்பெற்று விளங்குகின்றன.

தமிழ் சினிமாவில் முத்திரை படைத்த, எதார்த்த சினிமாக்களில் ஜெயித்த இயக்குநர்கள் பெயர், புகழ், பாராட்டு, பணம் என்று இருந்தால்கூட அந்தப் படங்களை 'முதல் ரசிகனாகக் கதைகேட்டு' படம் எடுத்த அந்தத் தயாரிப்பாளர்கள் இன்று எங்கே?

ஆக, நான் கமர்ஷியல் படங்கள்தான் சிறந்தது, எதார்த்தப் படங்கள் 'வேஸ்ட்' என்ற கண்ணோட்டத்தில் இந்த விவாதங்கள் செய்யவில்லை. எதார்த்தப் படங்கள் தமிழ் சினிமாவின் தரத்தை உயர்த்தியவை. தமிழ் சினிமாவை உலக அரங்குக்குக் கொண்டுசென்றவை என்பதில் துளியும் மாற்றுக் கருத்து கிடையாது. ஆனால், அதற்காக கமர்ஷியல் படங்கள் ஏதோ

ஒன்றுக்கும் உதவாதவை, ஏதோ கமர்ஷியல் படங்களை ரொம்பச் சுலபமாக எடுத்து விடுகிறார்கள். நாலு பாட்டு, கொஞ்சம் காமெடி, நாலு ஃபைட், இப்படி மிக்ஸ் பண்ணினால் போதும். கமர்ஷியல் படம் ஓடும் என்ற மோசமான கண்ணோட்டத்தைவிட்டு வெளியே வாருங்கள்.

கமர்ஷியல் படங்கள் இயக்குவதற்கு, அந்தந்தப் படங்களின் 'டீம்' இயக்குநரோடு இணைந்து எவ்வளவு கஷ்டப்படுகிறார்கள் என்பது நேரில் இருந்து பார்த்தால்தான் புரியும்!

பட்டாசு செய்பவன் அதில் நிபுணன், பூ கட்டி விற்பவன் அதில் நிபுணன். இதில் இருவரின் உழைப்புமே இருக்கிறது. அதற்காக ஒருவர் படைப்பு உயர்ந்தது, இன்னொருவர் படைப்பு தாழ்ந்தது என தராசுவைத்து எடை போடாதீர்கள் என்றுதான் சொல்கிறேன். உலகளவில் சினிமா என்பது, ஒரு கலை என்றாலும் வியாபாரத்தைச் சார்ந்துதான் சினிமா இருக்கிறது.

எனவே, வர்த்தகரீதியான படங்களை கைதட்டி வரவேற்க வேண்டும் என நான் கேட்கவில்லை. வசைபாட வேண்டாம் என்றுதான் இருகரம் கூப்பிக் கேட்கிறேன். ஏனெனில், சினிமாவில் இருப்பவர்களுக்கு, சினிமா தொழிலைத் தவிர வேறு தெரியாது.

* * *

இயக்குநர்: A.வெங்கடேஷ்

உதாரண புருஷன்

போன் அடித்தது. எடுத்தேன். எதிர்முனையில் இயக்குநர் ஷங்கர்.

"என்ன சார், திடீர்னு?"

ஆச்சரியமாக நான் கேட்டேன்.

"ஈவினிங் ஃபிரீயா?" என்று கேட்டார்.

"ஃப்ரீதான். சார்"

"அப்போ ஒண்ணு பண்ணு. ஒரு ஏழு மணிக்கு என் ஆபீசுக்கு வந்துடு. இறங்கிட்டு உன் காரை அனுப்பிடு. நான் உன்னை டிராப் பண்ணிடறேன். சரியா?"

"சரி சார்."

போன் துண்டிக்கப்பட்டது. ஷங்கர் சார் இப்படித்தான் திடீர்னு கூப்பிடுவார். ஏன் என்று கேட்காமல் போய்விடுவேன். சிலசமயம், சப்ஜெக்ட் பற்றின விவாதமாயிருக்கும். சிலசமயம், சும்மாவாச்சும் பேசிவிட்டுக் கலைவோம். இன்று எதற்கோ? என எண்ணியவாறு, அன்று மாலை ஏழு மணிக்கு அவரது அலுவலகத்தில் இருந்தேன். உள்ளே காத்திருந்தார்.

"வாய்யா, வெங்கி. ரொம்ப நாள் ஆயிடுச்சுல்லே" சிரித்தபடி வரவேற்றார்.

அமர்ந்தேன்.

"அப்புறம்? எப்படி வந்துக்கிட்டிருக்கு எந்திரன்?" என்று கேட்டேன்.

எந்திரன் வெளியாவதற்கு சில வாரங்களுக்குமுன் நடந்த சந்திப்பு இது.

"நல்லா வந்துக்கிட்டிருக்கு" எனக் கூறியவர், அதன்பிறகு நிறைய பேசினோம், பேசினோம், பேசிக்கொண்டே இருந்தோம்.

இதற்கிடையே, இரவு உணவு வந்தது. சாப்பிட்டோம். பின்னர், பேசிமுடித்து கிளம்பலாம் என முடிவுசெய்து மணியைப் பார்த்தால் இரவு 1:30.

"யப்பா... ரொம்ப நாளாச்சு... சந்திச்சு இல்லே? அதான் நேரம் போனதே தெரியல" இருவரும் அவரது காரில் ஏறினோம். பின் இருக்கையில் அருகருகே அமர்ந்தோம்.

"ஏங்க, ஜென்டில்மேன் 'சூட்டிங்' சமயத்தில போகும்போது இப்படி காரில் பக்கம்பக்கமா உக்கார்ந்துபோவோம். அதுக்கப்புறம் இப்போதுதாங்க" என்றேன்.

"ஆமாம்ல" எனச் சிரித்தவர், ஒரு டிவிடி எடுத்து டிரைவரிடம் கொடுத்து 'ப்ளே' பண்ணச் சொன்னார். டிவிடி ஓடியது. டைட்டில் வந்தபிறகுதான் தெரிகிறது.

அது ஜென்டில்மேன் டிவிடி. படத்தின் டைட்டிலில் இணை இயக்குநர் என என் பெயர் வரும்போது என் தோளைத்தட்டி பாராட்டுகிறார். இப்படி படம் பார்த்தபடி என் பெயர் வந்தும் விட்டது. காரைவிட்டு இறங்கி அங்கேயே நின்று சிறிதுநேரம் பேசினோம்.

"சரிங்க, ஆனா ஒரு டவுட்" என்றேன்

"என்னய்யா?"

"கூப்பிட்டீங்க வந்தேன். பேசினோம். காரில்வந்து இறக்கிவிட்டீங்க. சும்மா casual meetingதானா? இல்ல, நீங்க சொல்லணும்னு வரச்சொல்லி, நான் சொல்ல வாய்ப்பே தராம பேசிக்கிட்டே இருந்துட்டேனா?" எனக் கேட்டேன்.

"சே!சே! அதெல்லாம் ஒரு முக்கிய விஷயமும் இல்லய்யா. காரைப் பாத்தியா? புதுசா வாங்கியிருக்கேன்". பார்த்தேன்.

ரோல்ஸ் ராய்ஸ். மிக மிக விலையுயர்ந்த கார் அல்லவா அது? பிரமிப்பாகப் பார்க்கிறேன். இந்தக் காரிலா இவ்வளவு தூரம் அமர்ந்துவந்தோம்? மனம் சற்று வெட்கப்பட்டது.

இயக்குநர்: A.வெங்கடேஷ்

"அடப்பாவி! ஏறும் போதாவது நீ காரைப் பாத்திருக்க வேணாமா?" யோசிக்கும்போது ஷங்கர் கேட்டார்:

"என்னய்யா, அமைதியாயிட்ட?"

டக்கென்று சமாளித்தபடி, "ஏங்க, இந்தமாதிரி கார் இந்தியாவிலேயே குறிப்பிட்ட சிலபேர்கிட்டதான் இருக்கும். அதுமட்டுமில்ல, இந்தக் கார் கம்பெனிக்காரனே காரை விக்கிறதுக்கு முன்னாடி, வாங்குற பார்ட்டியோட 'social status' இன்னபிற தகுதி எல்லாம் பார்த்துத்தான் கொடுப்பான்னு கேள்விப்பட்டிருக்கேன். அதான், டக்கென்று பிரமிப்பால் பேச்சே வரல. congrats சார். இன்னும் பெரிய heightக்குப் போகணும்" என கை குலுக்கினேன்.

சிரித்தபடி கைகுலுக்கியவர்,

"இந்தக் கார் வாங்கினதும், உன்கிட்ட காட்டி ஒரு ரைட் போகணும்னு ஆசைப்பட்டேன். அதான் இந்த மீட்டிங்" சிரித்தபடிச் சொன்னார்.

"சரி, கிளம்புவோம்யா, டைம் ஆயிடுச்சு. மீண்டும் சந்திப்போம் குட் நைட்"

கிளம்பிச் சென்றுவிட்டார். ஆச்சரியமாக இருந்தது. எவ்வளவு பெரிய இடத்தில் இருக்கிறார்.

ஆனால், ரோல்ஸ்ராய்ஸ் வாங்கியவுடன், அதை எங்கிட்ட காண்பிக்கணும்னு தோன்றி, அதுக்கு டயம் ஒதுக்கி, அந்தக் காரில் என்னுடன் பயணித்து, இன்னும் 'எங்க ஷங்கர் இயல்பானவன்தான் என சொல்லாமல் சொல்லிவிட்டுப் போய்விட்டாரே' என எண்ணும்போது, இன்னொரு விஷயம் ஞாபகத்துக்கு வருகிறது.

ஊட்டியில் 'சூரியன்' பட பாடல் காட்சி படமான சமயம். நான் அவருடன் நடந்தபடி பேசிக்கொண்டே வருகிறேன். அப்போது ஷங்கரிடம் கேட்கிறேன்:

"ஷங்கர், நீங்க எல்லா கார்களோட பெயர், டீடெயில்ஸ் எல்லாம் தெரிஞ்சு வச்சிருக்கீங்களே எப்படி? கார்கள்னா இஷ்டமா?"

சிரித்தபடி அவர்,

"இல்லியா, எங்கப்பா கார் டீலராக இருந்தார். விதவிதமாக கார்களை ஓட்டிக்கிட்டு வீட்டுக்கு வருவாரு... ஏறி உட்கார்ந்து ஆசையாகப் பார்ப்பேன். மறுநாள் அந்தக் காரை 'சேல்' பண்ணிடுவாரு. வேற கார் வந்திடும். அது 'சேலா'கி இன்னொரு

கார் எடுத்துட்டு வருவாரு. இப்படி விதவிதமாக கார்களைப் பார்த்ததால கார்கள்னா எனக்கு தனிக்கவனம் வந்துடும்" என்றார்.

"அப்போ, நாளைக்கு நீங்க டைரக்டர் ஆனா முதன்முதலாக என்ன கார் வாங்குவீங்க" எனக் கேட்டேன்.

"அது, அப்போ மார்க்கெட்ல எது நல்ல மாடலாக, சூழலுக்குத் தகுந்தமாதிரி இருக்கோ அதை வாங்குவேன். ஆனா ஒண்ணு?" என இழுத்தபடி சொன்னார்:

"என்ன கார் வாங்கினாலும் கண்டிப்பா ஒருநாள் ரோல்ஸ் ராய்ஸ் வாங்குவேன். அது ஒரு ட்ரீம்யா!" என்றார்.

இப்படிச் சொன்னது, ஒருவேளை அவருக்கு மறந்திருக்கலாம். எனக்கு இந்தச் சம்பவம் ஞாபகம் வந்தது. நினைத்ததை முடிப்பதற்கு எந்த ஒருவராலும் முடியும். அதற்கு உதாரணம், ஷங்கர் சார்தான்.

நினைத்ததை முடிப்பதற்கு உழைத்தார். உயர்ந்தார். இந்த எழுத்தின்மூலம் உதாரண புருஷராகவும் மாறிவிட்டார்!

* * *

இயக்குநர்: A.வெங்கடேஷ்